ดช ปิยวัฒน์ สังวนไถ ป4/3

เหตุเกิด ตอนตีสิบ ผมกำลังดูการ์ตูน
ผมลงไปดูน้ำ น้ำก็ลง น้ำขึ้นมา ผมวิ่งไป วิวพอยท์
น้ำไหลแรง ผมโดนน้ำซัดไปเที่บ้าน แล้วก็พี่แชม
ช่วยผมขึ้นหลังคา เสร็จแล้ว น้ำลง แล้วพี่ ชื่ออะไรก็ไม่รู้
มาช่วยจนถึง วาพงยท์ แล้วป๊ะมาบอกว่า ม๊ะตาย
ผมรู้สึกเสียใจมาก ผมก็ร้องไห้
ผมไปเจอพี่ ดีใจที่พี่ไม่เป็นไร
สึนามิ ทำให้ผมหัวใจวาย แต่ผมรอดชีวิตได้

เกาะพีพีของหนู

พิมพ์ครั้งแรก 14 เมษายน 2548
จำนวน 10,000 เล่ม
ที่ปรึกษา นายวุฒิศักดิ์ ทองเกิด (รองนายก อบต. อ่าวนาง)
ผู้ใหญ่บ้าน มานพ กองข้าวเรียบ
คุณครูใหญ่ สุขดี ทั้งทรงสวัสดิ์
บรรณาธิการ นางสาวหยาดฝน บูรณะพิมพ์
ประชาสัมพันธ์ นางสาวสุธิกา ภักดีไทย
ช่างภาพ นายภิญโญ แตงรัตนา
ประสานงาน นายนิพล นัทรตระกูลรักษ์, นางสาวณัญฑิญา ศิริพงษ์พานิช
วาดรูปปกหน้า เด็กชายรัฐพล ละงู
ออกแบบปก MR. Josh Grindall
ออกแบบรูปเล่ม นายวรพล นิยมกูล
รูปประกอบภาพพื้นบ้าน นางสาวหยาดฝน บูรณะพิมพ์
ภาคภาษาอังกฤษ MR. Josh Grindall & นางสาวหยาดฝน บูรณะพิมพ์

พิสูจน์อักษร บริษัท อมรินทร์พริ้นติ้งแอนด์พับลิชชิ่ง จำกัด (มหาชน)
พิมพ์ที่ บริษัท อมรินทร์พริ้นติ้งแอนด์พับลิชชิ่ง จำกัด (มหาชน)

สงวนลิขสิทธิ์ ตาม พ.ร.บ. ลิขสิทธิ์ เมษายน 2548 โดยนางสาวหยาดฝน บูรณะพิมพ์

จัดจำหน่ายทั่วประเทศโดย "เกาะพีพีของหนู"
204/35 ถ.ราษฎร์อุทิศ 200 ปี
ต.ป่าตอง อ.กะทู้ จ.ภูเก็ต 83150
โทรศัพท์ / แฟกซ์ : +66 - 76 - 346 - 269
โทรศัพท์มือถือ : +66 - 12 - 408 - 924
+66 - 40 - 524 - 119
เว็บไซต์ : http://www.childrenofphiphi.com
หนังสือเล่มนี้เป็นบันทึกเรื่องราวจากเรียงความ ซึ่งเป็นลายมือเขียนของเด็กนักเรียน
โรงเรียนบ้านเกาะพีพี ข้อความทั้งหมดไม่มีการเปลี่ยนแปลงใดๆ ทั้งสิ้น
รายได้ทั้งหมดหลังจากหักค่าใช้จ่ายแล้ว มอบให้กองทุน "เกาะพีพีของหนู"
ชื่อบัญชี : "กองทุนการศึกษา โรงเรียนบ้านเกาะพีพี" (หนังสือเกาะพีพีของหนู)
เลขที่บัญชี : 470-1-00808-1 ธนาคารกรุงศรีอยุธยา สาขาย่อยเกาะพีพี
ขอขอบพระคุณทุกๆ ท่านที่ให้ความสนับสนุนอนาคตของชาติ

ราคา : 199 บาท
ISBN : 974-272-999-9

สวัสดีค่ะ

"จะทำอย่างไรดี ที่พวกเรา จะสร้างแหล่งดาความรู้"

ช่วงระยะเวลาสั้นๆ หลังเหตุการณ์ประวัติศาสตร์คลื่นยักษ์ถล่มเกาะพีพี
วันเศร้าๆ วันนั้น 9 กุมภาพันธ์ 2547 ศิลปินและครูใหญ่ได้นั่งคุยกัน
ความเป็นห่วงพวกเรา 4 คน เหมือนกัน
การสูญเสียเสาหลักของครอบครัว แรงคิดอยากจะช่วยเหลือ จากจุดเล็กๆ
มีคนทำงาน 3-4 คน เท่านั้นเอง
จึงได้จัดทำหนังสือ "เกาะพีพีของหนู" โดยเริ่มจากเด็กๆ เขียน
เรียงความเล่าเรื่องบันทึกเหตุการณ์ผ่านตัวหนังสือ และระบาย
ความรู้สึกผ่านการวาดรูป ข้อความทั้งหมดไม่มีการเปลี่ยนแปลง
ใดๆ ทั้งสิ้น

ระยะเวลาฟื้นฟู บูรณะ ไม่ว่าจะเป็นบ้านเมือง หรือจิตใจ
อาจจะต้องใช้เวลา ยาวนานพอสมควร รายได้จากการขายหนังสือเล่มนี้
หักค่าใช้จ่ายแล้ว ขอมอบให้
กองทุนการศึกษาโรงเรียนบ้านเกาะพีพี (หนังสือเกาะพีพีของหนู)
website : http://www.childrenofphiphi.com

การเก็บเล็กผสมน้อย ครั้งนี้ หวังว่า
เราจะได้แหล่งดาความรู้กลับมาเหมือนเดิม

ขอขอบพระคุณ

(หยาดฝน บูรณะพิมพ์)

คำนำจากผู้ว่าราชการจังหวัดกระบี่

การเกิดเหตุการณ์ธรณีพิบัติแก่พื้นที่จังหวัดอันดามัน 6 จังหวัด เมื่อวันที่ 26 ธันวาคม 2547 เป็นภัยธรรมชาติที่นอกเหนือความคาดหมายและการควบคุมของมนุษย์ ได้ก่อให้เกิดความสูญเสียทั้งชีวิตและทรัพย์สินเป็นจำนวนมาก โดยเฉพาะนักท่องเที่ยวบนเกาะพีพี จังหวัดกระบี่ ได้สูญเสียชีวิตกว่า 587 คน ภัยดังกล่าวได้ทิ้งร่องรอยของความสูญเสีย ความเจ็บปวดไว้มากมาย คนที่เสียชีวิตไปสู่สุคติแล้ว แต่คนที่ยังมีชีวิตอยู่ยังจดจำรำลึกถึงเหตุการณ์ดังกล่าวได้อย่างมิลืมเลือน จดหมายบันทึกและภาพวาดของเด็กๆ ที่ประสบภัยโดยตรง ได้สะท้อนภาพของเหตุการณ์ที่เกิดขึ้นไว้ในวันนั้นได้อย่างเห็นภาพพจน์ ตรงไปตรงมา สะท้อนถึงความรู้สึกของผู้ที่ต้องสูญเสียพ่อแม่พี่น้องและบุคคลอันเป็นที่ระลึกไปในชั่วพริบตา นอกจากนี้ยังมีจดหมายอีกส่วนหนึ่งของเด็กๆ จากทั่วโลกที่ได้แสดงความเห็นอกเห็นใจมายังผู้ที่ประสบชะตากรรม แสดงให้เห็นถึงมิตรไมตรี ความมีน้ำใจต่อกันระหว่างเพื่อนร่วมโลก เช่นเดียวกับที่นักท่องเที่ยวชาวต่างชาติหลายต่อหลายคนที่ประสบภัย ต่างก็ประทับใจในน้ำใจไมตรีของคนไทยที่ให้ความช่วยเหลือในยามยาก ความประทับใจดังกล่าว ทำให้นักท่องเที่ยวที่ประสบภัยเป็นจำนวนมากต่างก็ยืนยันว่าจะกลับมาเที่ยวเมืองไทยอีก

เกาะพีพีเป็นสถานที่ท่องเที่ยวที่สร้างความประทับใจแก่นักท่องเที่ยวจำนวนมาก หลายคนมีความหลงฝังใจ มีความรักและผูกพันกับเกาะพีพี เมื่อเกิดเหตุร้ายขึ้น บุคคลเหล่านี้ได้แสดงความจำนงที่จะช่วยเหลือเพื่อฟื้นฟูเกาะพีพีให้กลับมาเป็นสวรรค์ของนักท่องเที่ยวเช่นเดิม จดหมายของเด็กๆ เหล่านี้ จึงเป็นสิ่งที่มีคุณค่า แสดงถึงความรัก ความผูกพันกับเกาะพีพี และอาจกล่าวได้ว่า เป็นบันทึกจดหมายเหตุที่สำคัญ เป็นบันทึกประวัติศาสตร์ที่อนุชนรุ่นหลังจะได้รำลึกถึง เช่นเดียวกับอนุสรณ์สถานที่จะได้มีการก่อสร้างขึ้นบนเกาะพีพี เพื่อรำลึกถึงเหตุการณ์ธรณีพิบัติในครั้งนี้ในอนาคต

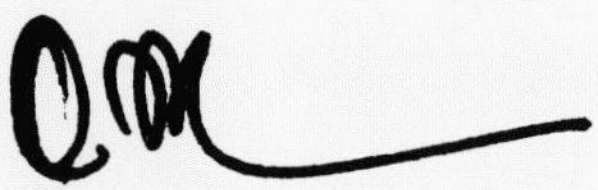

(นายอานนท์ พรหมนารท)
ผู้ว่าราชการจังหวัดกระบี่

จากใจผู้สนับสนุน

ไอเอ็นจี ภูมิใจที่ได้เป็นผู้ให้การสนับสนุนการจัดพิมพ์หนังสือ เกาะพีพีของหนูในครั้งนี้

หนังสือ เกาะพีพี ของ หนู เป็นของนักเรียนโรงเรียนบ้านเกาะพีพี ที่ได้สะท้อนประสบการณ์ และความรู้สึก อย่างสร้างสรรค์ ทั้งด้านดี และด้านของความสูญเสีย จากเหตุการณ์คลื่นยักษ์สึนามิ โดยได้เล่าผ่านภาพวาด และเขียนเล่าเรื่องราวด้วยลายมือของพวกเขาเอง ซึ่งได้สะท้อนถึงคืนแห่งฝันร้าย แต่อีกด้านหนึ่งเราจะเห็นถึงความรัก ความผูกพันที่มีต่อครอบครัว ต่อเพื่อน ต่อเกาะพีพี รวมทั้งความหวังที่จะสู้ต่อไป เพื่อกลับคืนสู่เกาะพีพี อันเป็นที่รักของพวกเขา

หนังสือเล่มนี้จะเป็นทั้งประวัติศาสตร์ของเด็กนักเรียน และเป็นพลังใจให้พวกเขาได้ยืนหยัดต่อสู้เพื่ออนาคต...รายได้จากการจำหน่ายหนังสือนี้จะได้เป็นทุนเบื้องต้นสำหรับที่จะช่วยให้เขาเหล่านั้น และเพื่อนๆ ผู้ประสบภัยได้มีการศึกษา มีอาชีพในอนาคต รวมทั้งมีกำลังใจที่จะก้าวต่อไป

จิม บราวน์

ประธานเจ้าหน้าที่บริหาร - บริษัท ไอเอ็นจีประกันชีวิต จำกัด

จดหมายถึงนักเรียน

ครูว่านักเรียนโรงเรียนบ้านเกาะพีพี เป็นนักเรียนที่น่ารัก ช่างพูด ช่างคุย กล้าคิด กล้าแสดงออก มีความคิดเป็นของตัวเอง และเรียกร้องสิทธิเสมอ ประเด็นสำคัญ คือ ชอบทำตัวเสมอผู้ใหญ่ ซึ่งเป็นสิ่งที่หลายคนสงสัย แต่สำหรับ ครูคิดว่าเป็นเรื่องที่ดี ตลอดเวลา 10 เดือนในโรงเรียนบ้านเกาะพีพี ครูคิดเสมอว่าจะทำอย่างไรให้นักเรียนทุกคนได้เติบโตอย่างมีคุณภาพ และมีโอกาสที่จะอยู่ในสังคมได้อย่างมีความสุข ครูเองก็พยายามเรียนรู้เหมือนๆ กับนักเรียน แสวงหาความร่วมมือและทำงานอย่างใกล้ชิด กับคณะกรรมการสถานศึกษาขั้นพื้นฐานในโรงเรียน เพื่อสิ่งดีๆ มาสู่พวกเรา แต่แล้วเหตุการณ์ที่เหนือความคาดหมายก็เกิดขึ้นอย่างไม่คาดฝัน นำมาซึ่งความสูญเสียอันประมาณค่ามิได้ อย่างไรก็ตาม คลื่นยักษ์ครั้งนี้ได้บอกครูหลายอย่างมากเกี่ยวกับนักเรียน ทำให้ครูมั่นใจต่อไปว่า นักเรียนผู้ชนะคลื่นยักษ์ทุกคนจะสามารถเอาชนะทุกสิ่งได้ จากการอยู่ร่วมกัน ครูรู้ว่านักเรียนทุกคน รัก หวงแหน และภาคภูมิใจในความงดงามของธรรมชาติในหมู่เกาะพีพี ถึงอย่างไรเกาะพีพีก็จะยังเป็นที่หนึ่ง ที่เด็กๆ มาวิ่งเล่นได้เหมือนเดิม โรงเรียนบ้านเกาะพีพี จะเป็นโรงเรียนชั้นดีสำหรับทุกคน

Tsunami ทำให้เราสูญเสีย พลัดพราก แต่มันไม่สามารถ
ทำลายความรู้สึกดีๆ ที่มีต่อกันได้จริงไหม และเพื่อความสบายใจ
เรามาคิดว่า Tsunami ก็ทำให้หลายๆ คน พบกับสิ่งดีๆ ในวันข้างหน้า

ด้วยรักและปรารถนาดี

(นางสาวสุขดี ตั้งทรงสวัสดิ์)
ศึกษานิเทศก์ ฯ รักษาการอาจารย์ใหญ่
โรงเรียนบ้านเกาะพีพี

เหตุการณ์ธรณีพิบัติ เมื่อวันที่ ๒๖ ธันวาคม ๒๕๔๗ ที่ผ่านมา ยังอยู่ในความทรงจำของคนไทยทุกคน ภาพของความสูญเสียที่เกิดขึ้น เป็นสิ่งที่เราได้รับรู้ รับทราบ ด้วยความเศร้าสลดใจ

เด็กๆ บนเกาะพีพี จังหวัดกระบี่ ได้ถ่ายทอดเหตุการณ์ในวันนั้น จากมุมมองที่บริสุทธิ์ ของคนที่ไม่เพียงแต่ประสบเหตุโดยตรง แต่ยังมีชีวิต ที่ต้องผูกพันอยู่กับ ที่อยู่ และ ธรรมชาติรอบตัวเขา มุมมองนี้ได้ถูก รวบรวมมาอยู่ในหนังสือเล่มนี้ ที่จะทำให้ผู้อ่านได้ ซึมซับ ความรู้สึก ของเขาได้เป็นอย่างดี ทั้งที่เป็นความเศร้า ความหวัง และ ความผูกพัน ระหว่าง มนุษย์ด้วยกัน และ ระหว่างมนุษย์กับ ธรรมชาติ

(คุณอภิสิทธิ์ เวชชาชีวะ)

จากใจทีมงานถึงหนู

    ประเทศไทย เป็นประเทศที่ไม่เคย เกิดอุบัติภัยธรรมชาติ ร้ายแรงมาก่อน แต่ครั้งนี้ เป็นครั้งแรกในประเทศไทย ที่สะเทือนใจ ที่สุดของชาวไทย และคนทั่วโลก

    พวกเรา 3 คน ได้มีอาชีพ และใช้ชีวิต อยู่ที่เกาะพีพี เป็นเวลานาน พอสมควร วันแห่งการสูญเสียวันนี้ 26 ธันวาคม 2547 พวกเรา จะไม่มีวันลืม ตลอดเวลาที่เก็บข้อมูล และทำกิจกรรม ร่วมกับ เด็กๆ นับเป็นเพียง แค่เสี้ยวหนึ่ง ที่จะช่วยฟื้นฟูบูรณะจิตใจของ พวกเขา ที่สูญเสียพ่อแม่ ญาติพี่น้อง ตลอดชีวิต แต่ความบริสุทธิ์ของ เด็ก และดวงตาของพวกเขา ทำให้เรา มีพลัง และความสุข ที่จะช่วยจัก เก็บ บันทึก และภาพวาดของเขา ให้เป็นของขวัญ แก่เด็กๆ หวังว่า ผู้อ่านหนังสือเล่มนี้ และผู้สูญเสียบุคคล อันเป็นที่รัก จากคลื่นยักษ์สึนามิครั้งนี้ จะมีกำลังใจต่อสู้ต่อไป

จากใจทีมงาน
นางสาวหยาดฝน   บูรณะพิมพ์
นางสาวสุธิกา   ภักดีไทย
นายภิญโญ   แสงรัตนา

วันแห่งความสูญเสีย

หน้า

ด.ช. วศิน	ภู่ระหงษ์	ป.1/3	2
ด.ญ. เมทินี	นาวีว่อง	ป.6 (เพื่อนวาดรูปให้กำลังใจ)	4
ด.ญ. สายใจ	คงรักษ์	ป.6/3	8
ด.ญ. รัชณี	ผิวดี	ป.6/3	10
ด.ช. ณัฐวุฒิ	ละงู	ป.3/4	12
ด.ญ. ขวัญเรือน	บุญสพ	ป.6/1	14
ด.ญ. ชีเรียม	ทองเกิด	ป.6/3	17

ความโศกเศร้าและความรุนแรง

หน้า

ด.ญ. วันเพ็ญ	บุญมาก	ม.1	20
ด.ช. ทันทระการ	แสงเพลิง	ป.1	22
ด.ช. ศราวุฒิ	ทองเกิด	ม.1/3	25

เรื่องนี้หนูเล่า

หน้า

ด.ช. กมลภู	หยั่งทะเล	ป.1/4	28
ด.ช. ทรงภพ	กองข้าวเรียบ	ป.2/4	30
ด.ช. วรวุฒิ	สุระอามาทย์	ป.2/4	32
ด.ช. สินชัย	เสมารักษ์	ป.3/3	34

เรื่องนี้หนูเล่า

			หน้า
ด.ญ. เมธินี	ระฆะการ	ป.5/2	36
ด.ญ. ศิรินทิพย์	หลีช้างไท้	ป.4	38
ด.ช. อัศนัน	ทองคำ	ป.1/1	40
ด.ญ. อาลิชา	เชาว์ช่าง	ป.1/2	42
ด.ช. กวิน	คงรักษ์	ป.1/1	44
ด.ญ. อรอนงค์	ป้าเหร่ม	ป.1/3	46
ด.ช. วิษณุ	ทำนากล้า	ป.4/3	48
ด.ช. อนวัช	งานแข็ง	ป.2/3	50
ด.ช. ธนบดี	ภักดีไทย	ป.3/1	52
ด.ช. วีรวัฒน์	งานแข็ง	ป.1/4	54
ด.ช. ภูวดล	งานแข็ง	ป.2/2	56

คลื่นชีวิต

			หน้า
ด.ช. วงศธร	ปุทสะ	ป.2/2	59
ด.ญ. สุกัญญา	นิลสมุทร	ม.3	62
ด.ช. สันติสุข	หลุยจิ๋ว	ป.4/3	64
ด.ญ. ประภาศิริ	ครองบุญ	ป.3/2	66
ด.ญ. ณัฐกมล	ศรีหมอก	ป.2/2	68

คลื่นชีวิต

			หน้า
ด.ช. ศุภณัฐ	เม่งเอียก	ป.1	70
ด.ญ. อธิตยา	บุญสพ	ป.5/8	72
ด.ญ. ดุจฤดี	เพลินจิตต์	ป.5/3	74
ด.ช. ศราวุธ	ชำนินา	ป.3/3	76
ด.ญ. รัตนาภรณ์	ละจู	ป.5/2	78
ด.ช. เจตนรินทร์	งานแข็ง	ป.3/3	80
ด.ช. พิศิษฐ์	ทองคำ	ป.3/1	82
ด.ญ. เกศวดี	ณรินทร์	ป.4/3	84
ด.ช. เชาวรินทร์	เมืองเอก	ป.4	87

ความทรงจำตลอดไป

			หน้า
น.ส. หทัยชนก	เมืองเอก	ม.3	90
ด.ช. สมพงษ์	แซ่ลี	ม.1	93
ด.ญ. นิรมล	บุญสพ	ป.5/2	96
ด.ญ. ขวัญฤดี	หาผลกล้า	ม.1/7	99
น.ส. มนธยา	ชลหัด	ม.2	102

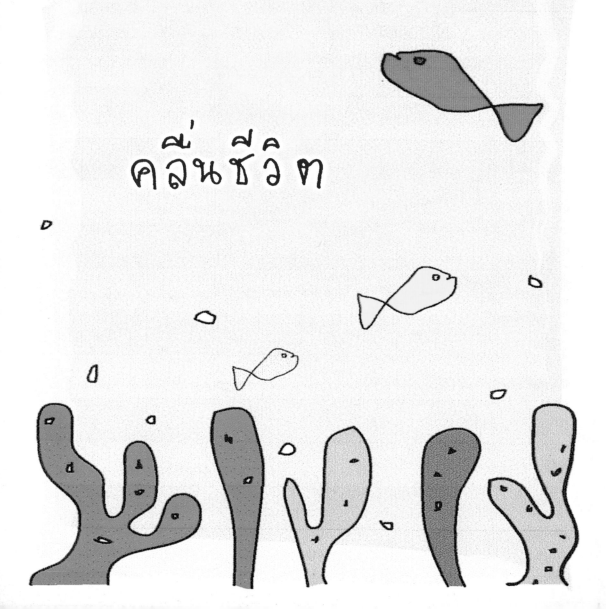

คลื่นชีวิต

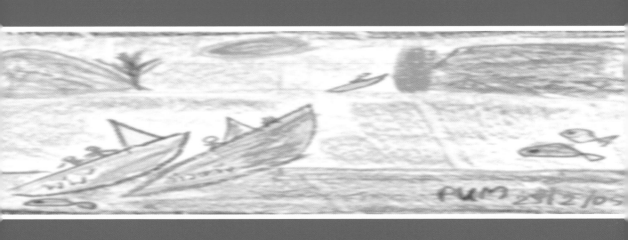

วันแห่งความสูญเสีย

ด.ช. วศิน ภู่ระหงษ์ ป. 1/3
สีเทียนบนกระดาษปอนด์ 100 g. ขนาด 21 x 29.7 cm.

ผมอยู่ที่บ้าน แม่ของผมไปทำงาน ทันใดนั้นก็ได้ยินเสียงสึนามิ
ผมไม่ทันได้ทำอะไร บ้านก็พังลงมาทับผม ผมมีแผลเต็มตัว ส่วนยายผมก็
ถูกไม้ทับและน้ำท่วมอยู่ ผมช่วยยายให้ลุกขึ้น ผมก็พายายเดินหนีขึ้นเขา
ฝรั่งช่วยโยนไม้ลงมาให้เดิน เพราะที่พื้นมีเศษกระเบื้อง กระจก และหิน
ผมรู้สึกตกใจมาก วันรุ่งขึ้นผมกับแม่ก็นั่งเฮลิคอปเตอร์ มีฝรั่งเค้าก็ลงมารับไป
โรงพยาบาล ผมได้ขึ้นเครื่องเป็นครั้งแรก เพราะผมเดินไม่ได้ ตามองไม่เห็น
ผมรักเกาะพีพี ผมอยากไปเกาะพีพีจะได้เล่นกับเพื่อน

ด.ญ. เมทินี นาวีว่อง ป. 6 (เพื่อนวาดรูปให้กำลังใจ)

จาก ด.ญ. นิรมล บุญสพ และ ด.ญ. รัตนาภรณ์ ละงู

สีเทียนบนกระดาษปอนด์ 100 g. ขนาด 21 x 29.7 cm.

เช้าวันที่ 26 ธันวาคม 2547 เวลาประมาณ 09.00 น. หนูตามน้ำเสริด กำลังเล่นกับน้องอยู่ในบ้าน เพื่อนเปิดเป็นร้านขายผ้าอยู่บริเวณหน้าหาดเกาะพีพี แม่ไปซื้อกับข้าวกลับมาแล้วก็ออกไปอีก หนูก็ไม่(รู้)ว่าแม่ออกไปไหน

สักพักหนึ่งแม่ก็กลับมา กำชับให้หนูดูแลน้องด้วย แล้วแม่ก็วิ่งลงไปที่ร้านขายน้ำมัน ตอนนั้นหนูเห็นผู้คนวิ่งกันเต็มถนนไปหมด โดยไม่รู้ว่าเกิดอะไรขึ้น พี่ที่อยู่ในร้านขายผ้าตะโกนบอกให้หนูหนีขึ้นไปบนเขา และอุ้มน้องมาด้วย หนูจึงตัดสินใจอุ้มวิ่งตามขึ้นไปบนเขา หนูเหนื่อยมากวิ่งไม่ค่อยไหว เพราะภูเขาสูงชันมาก บางครั้งก็พาน้องล้มลง แล้วตัดสินใจลุกขึ้นพาน้องไปจนถึงเนินเขา

ที่บนเนินเขาหนูได้เจอกับพี่พี่ที่ขายผ้า ซึ่งอยู่ข้างๆ ร้านของหนู เขาช่วยอุ้มน้อง หนูพักได้ไม่ถึง 5 นาที ก็มีคนบอกว่าจะมีคลื่นมาอีกลูกหนึ่ง หนูเพิ่งรู้ตอนนี้เองว่า พวกเราวิ่งหนีอะไรกัน คราวนี้ทั้งหนูและพี่ๆ ที่อุ้มน้องให้หนูต่างวิ่งกันอย่างไม่เหลียวหลังไปจนถึงยอดเขา ซึ่งมีคนเยอะแยะอยู่ที่นั่น

หนูเลือกนั่งบริเวณที่มีคนรู้จัก สีหน้าจากคนที่อยู่บนเขาก็ไม่ค่อยได้พูดกันเท่าไหร่ แม่ของเพื่อนบอกว่า แม่ของหนูติดอยู่ที่ร้านขายผ้า ที่อยู่อีกฝั่งหนึ่งใกล้ๆ ร้านของหนู หนูรู้สึกโล่งใจที่รู้ว่าแม่ยังมีชีวิตอยู่...

ประมาณบ่ายโมงกว่า หนูและทุกคนรวมทั้งพี่ที่อุ้มน้องให้หนู ก็ลงจากภูเขาลูกนั้น ขณะที่เดินลงใกล้ถึงบริเวณตีนเขา คนที่อยู่ด้านล่างก็บอกว่าคลื่นจะมาอีก ทุกคนก็วิ่งขึ้นภูเขา สักพักมีคนมาบอกว่า คลื่นไม่มีอีกแล้ว หนูจึงกล้าเดินลงมา

ขณะที่หนูเดินลงมานั้น หนูเห็นสภาพบ้านเรือนจมอยู่ใต้โคลนแล้ว หนูรู้สึกเสียใจมาก ที่ได้เห็นสภาพบ้านเรือนพินาศ และข้าวของเสียหายมากมาย แล้วเดินไปถึงที่ถนน หนูไปพบพ่อ แล้วพ่อก็เข้ามากอดน้อง หนูถามพ่อว่าแม่อยู่ไหน พ่อบอกว่า ไม่ทราบ เพราะพ่อไม่เจอแม่เลย

หลังจากนั้นหนูก็เดินขึ้นไปบนภูเขาอีกลูกหนึ่ง ตอนที่หนูเดินขึ้นไปบนภูเขา หนูเห็นต้นไม้ที่เขียวชอุ่ม กลายเป็นเหี่ยวแห้งเพราะถูกคลื่นซัด พอถึงบนเขาก็มีร้านขายขนมอยู่ร้านหนึ่ง มีคนมาซื้อขนมกันเกือบหมด หนูเห็นว่าขนมจะหมดแล้ว ก็รีบไปซื้อ เพราะไม่รู้ว่าจะได้ลงไปจากภูเขาลูกนี้เมื่อไหร่

พอหนูพาน้องมา น้องหิวขนม ผู้ที่ขายขนม พ่อบอกหนูว่า พ่อจะลงไปตามหาแม่ พ่อบอกว่าดูแลน้องให้ดี ขณะที่หนูรอพ่อ หนูคิดว่าพ่อจะตามหาแม่เจอ พอสักประมาณ 2 ชั่วโมงกว่า ๆ พ่อก็ขึ้นมาบนเขาอีก พ่อบอกว่า พ่อตามหาแม่ไม่เจอ หนูรู้สึกความหดหู่ในใจอย่างมาก

พอตกค่ำพ่อพาหนูและน้องไปนอนที่บ้านของคนที่เคยปลูกบ้านอยู่บนเขาลูกนั้น และพี่ ๆ ที่ช่วยดูแลน้องให้หนูก็ไปนอนกับหนู หนูได้ยินเสียง ฮ. หนูไม่ใช่แค่ได้ยิน หนูเห็น ฮ. ลงไปที่เกิดเหตุ ตอนนั้นประมาณหนึ่งทุ่มเศษ หนูนอนอยู่บนเตียงที่ไม่ค่อยสบายนัก แต่ก็สบาย หนูฝันสบายมาก หนูเห็นน้องร้องไห้ หนูรู้สึกหดหู่ใจมาก เพราะตอนนี้พ่อ พ่อหาแม่ไม่เจอ

สักประมาณสามทุ่มกว่า ๆ หนูก็นอนหลับด้วยความอ่อนเพลีย มีคนมาบอกว่าบ้านพัง . . . .

หนูคิดว่าจะมีคลื่นมาอีก แต่ที่จริงแล้วไม่ใช่ บ้านที่หนูนอนนั้นพังไปครึ่งหนึ่ง เพราะมันเก่า และรับน้ำหนักของคนที่นอนอยู่บนบ้านไม่ได้ หนูก็เลยไปนอนที่พ่อเขาปูไม้กระดานอยู่ที่พื้น 100 พ่อเอาเปลือกมะพร้าวมาก่อไฟเพื่อไล่ยุง

พอรุ่งเช้าประมาณเจ็ดโมงกว่าๆ หนูและน้อง พ่อและคนอื่นๆ ต่างก็ลงมาจากบนเขาสู่ถนน ตอนที่หนูเดินลงมา หนูเห็นโคลนเต็มไปหมด โคลนตามบ้านที่จมลงไปในดิน หนูรู้สึกเสียใจมาก หนูคิดว่าหนูจะเอาเรื่องคลื่นยักษ์ไปเป็นบทเรียน

ตอนนี้หนูอยู่กับน้าและพ่อ น้าก็ช่วยอุปการะหนู น้าเป็นน้องสาวของแม่หนู น้าพาหนูมาเข้าโรงเรียนที่อ.เกาะยาว จ.พังงา ชื่อโรงเรียนบ้านผักหวี น้าให้เงินหนูมาโรงเรียนวันละ 30 บาท น้าช่วยดูแลน้องให้หนูตอนที่หนูไปโรงเรียน พอหนูกลับจากโรงเรียนหนูก็ช่วยน้าเลี้ยงน้อง เพราะน้าจะไปทำงาน น้าทำงานที่รับจ้างกรีดยางพารา รายได้ไม่มากนัก แต่พอจะเลี้ยงหนูและน้องได้.

ด.ญ. สายใจ คงรักษ์ ป. 6/3
สีเทียนบนกระดาษปอนด์ 100 g. ขนาด 21 x 29.7 cm.

วันที่ ๒๖ ธันวาคม ๒๕๔๗ เกิดคลื่นสึนามิ ตอนนั้นหนูนอนอยู่ในบ้าน
หนูได้ยินเสียงเขาบอกว่าน้ำทะเลลงผิดปกติ จากนั้นหนูก็นอนต่อ แล้วแม่ก็เรียกหนูลง
มาจากห้องนอน หนูก็ลงมาหนูเห็นคลื่นลูกใหญ่ หนูตกใจมากหนูก็รีบจับเสื้อแม่วิ่งหนี หนูไม่
ได้ใส่รองเท้า หนูวิ่งไปทางร้านสัปปอง หนูเห็นญาติหนู ก็เลยบอกว่า อย่าลงไป น้ำกำลังจะ
มาแล้ว จากนั้นหนูก็วิ่งต่อ วิ่งเข้าไปข้างหลังอ่าว หนูก็วิ่งไปจนถึงเขาเริกเก้ หนูพบพี่และ
ญาติๆ หนูก็ร้องไห้ พ่อของหนูก็ขึ้นมา หนูก็ขึ้นไปบนยอดเขาเริกเก้ หนูก็พบญาติฝ่าย
พ่อ เขาก็หาลูกของเขา และน้าคนที่เลี้ยงหลาน หลานหนูชื่อ สกาวกรี พอขึ้นไปได้สักครู่แล้ว
หนูกับแม่ก็ขึ้นไปบน เขาวิวพอยต์ ก็ได้เจอกับญาติๆ อีก แต่ญาติมาหาคนก็หาไม่เพราะ
น้าและหลานยังหาไม่เจอ จากนั้นก็มีคนมาบอกว่า น้ากับหลานได้เสียชีวิตไปแล้ว จาก
นั้นแม่ของหลานหนู ก็โทรไปบอกกับยายว่า น้ากับหลานได้เสียชีวิตไปแล้ว
พอรุ่งเช้า ญาติและครอบครัวของหนู ก็ลงมาจากวิวพอยต์ ไปที่เรือ และก็นั่งเรือไป
กระบี่

หนูอยากกลับไปเกาะพีพี เพราะเกาะพีพีเป็นที่ที่หนูเกิด ที่เกาะพีพีเป็นบ้าน
ของหนู

ข้อดี ทำให้หนูได้มีโรงเรียนใหม่
ทำให้หนูได้มีเพื่อนใหม่

ข้อเสีย ทำลายผู้คน
ทำลายปะการัง

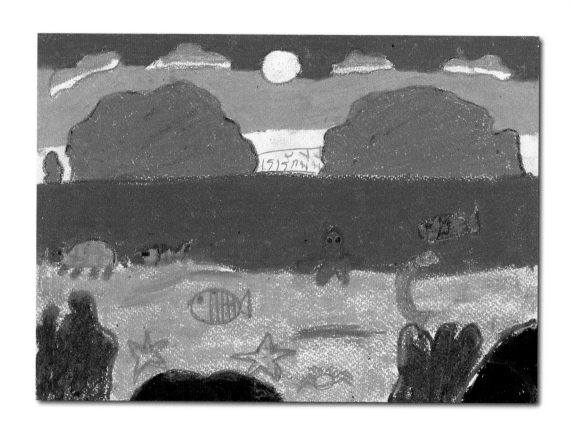

ด.ญ. รัชณี พิวดี ป. 6/3

สีเทียนบนกระดาษปอนด์ 100 g. ขนาด 21 x 29.7 cm.

เช้าวันนั้นหนูนั่งเล่นอยู่ที่บ้านน่า พี่ของหนูวิ่งขึ้นมาบอกว่าน้ำลดลงไปมากผิดปกติ และหนูก็ได้วิ่งลงไปดูน้ำ" เขาบอกว่าให้วิ่งขึ้นบนควนเร็ว ๆ และหนูก็พาแม่ หนูพาแม่ของหนูขึ้นไปบนเนินเขาแต่ยังไม่ถึงเนินเขาน้ำก็ซัดหนูไปพร้อมเพื่อนของหนู ชื่อขวัญเรือนและเราสองคน จมน้ำนั่วข้างบนเขาช่วยหนูขึ้นไปบนหลังคา" ตอนนั้น หนูยังไม่รู้ว่าแม่ไปติดอยู่ที่ไหน" สักพักหนูเห็นญาติของหนูมาช่วยแม่เขาแล้วหนู ก็บอกเขาว่าพาหนูไปบนเนินเขาหน่อยหนูจะไปหาแม่ พี่หนูก็บอกหนูว่าแม่อยู่บนเนิน เขาหนูก็รีบขึ้นไปหาแม่ทันที และกอดแม่พร้อมกับถามแม่ว่าน้องของหนูอยู่ที่ไหน แม่บอกว่ามีคนมาบอกว่าพบน้องของหนูแล้ว" แต่พ่อลงไปดูกลับไม่ใช่น้องของหนู แม่ บอกว่าน้องของหนูเสียชีวิตแล้วเพราะน้องกำลังเล่นอยู่ที่สะพานท่าเรือ หนูเสียใจ มากที่สุดที่น้องของหนูเสียชีวิต แต่อย่างไรก็ตามหนูก็อยากกลับไปอยู่ที่เกาะพีพี

ด.ช. ณัฐวุฒิ ละงู ป. 3/4
สีเทียนบนกระดาษปอนด์ 100 g. ขนาด 21 x 29.7 cm.

วันที่ 26 ตค 47 ผมได้ตื่นแต่เช้าผมก็ขอแม่ไปว่าย
น้ำกับเพื่อนชื่อริสและขลันพอประมาณ 8 นาทีแม่ก็ไปตามผมแม่ก็บอก
ว่าจะขึ้นได้แล้วพอผมไปซื้อขนมที่ร้านเบเกอรี่ผมเห็นคนเดียวกันเดินกลับ
บ้านผมก็ไม่ได้เข้าบ้านผมก็เห็นคนมีแม่ก็บอกให้ผมปิดประตูแล้วก็วิ่งขึ้นเขาผม
ก็ได้เห็นคนลอยอยู่ในน้ำผมก็ลมไปเรียกพ่อพ่อของผมหนองอยู่บนบ้านชั้น
สองผมกับแม่และน้องจึงขึ้นเขาแต่พ่อไม่ได้วิ่งขึ้นเขาพ่อน้ำแข็งพ่อจึงวิ่ง
ขึ้นเขาตามผมกับแม่และน้องไปด้วยแต่หลานของผม ยังเล็กมาก
ประมาณ 1 ขวบเสียชีวิตพอถึงกลางคืนผมก็นอนบนเขาคืนพอตอนเช้า
ผมก็ได้ขึ้นมากระบี่กับเรือของเพื่อนพ่อ

ข้อดีของคลื่นยักษ์
1 ทำให้ผมได้มีเพื่อนใหม่
2 ทำให้ผมได้มีโรงเรียนใหม่
3 ทำให้ผมได้มีประสพการ
4 ทำให้สิ่งที่ไม่ดีหมดไป 
ข้อเสียของคลื่นยักษ์
1 ทำให้ทรัพย์สินเสียหาย
2 ทำให้หลานผมตาย
3 ทำให้โรงเรียนของผมเสียหาย
4 ทำให้ทะเลสกปรก

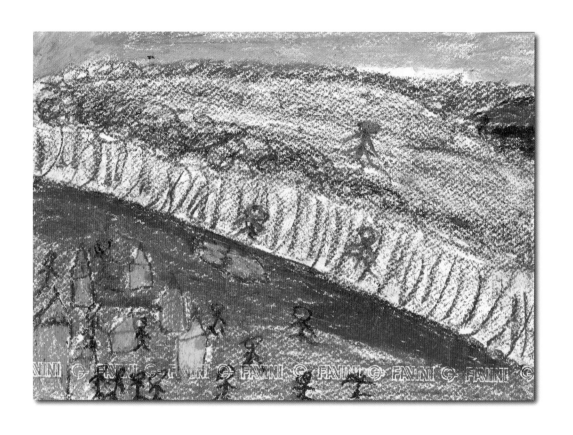

ด.ญ. ขวัญเรือน บุญสพ ป. 6/1
สีเทียนบนกระดาษปอนด์ 100 g. ขนาด 21 x 29.7 cm.

เช้าวันที่ 26 ธันวาคม 2547 หนูไปซื้อขนมและไอวันตินที่ร้านศราวุธซึ่งตั้งอยู่หน้าชายหาด แม่ของศราวุธทำไอวันตินเสร็จแล้ว แกเห็นแมวเที่ยวคาบลูกขึ้นบนบ้าน แก่ก็ไปเอาลงมา ทำอยู่อย่างนี้ 2-3ครั้ง หนูก็ถามว่าทำไมแมวนั้นชอบพาลูกขึ้นไปข้างบน แม่ของศราวุธก็บอกว่าไม่ว่า ทุกวันมันไม่ใช่เป็นแบบนี้ แล้วหนูก็ไปเล่นที่เขื่อนริมหาดกับเพื่อน น้ำทะเลก็ใส ลอยเต็มตลิ่งเหมือนทุกวัน แล้วหนูก็ขึ้นไปดูหนังเรื่องแฟนฉัน พอสักพักมีคนมาบอกว่า น้ำแห้ง พวกเราก็แปลกใจเลยลงไปยืนดู เห็นน้ำไหลกลับลงไปในทะเลอย่างรวดเร็วโดยเฉพาะที่สะพานไม้ที่เรือจอดประจำ เห็นเป็นร่องแผ่นดินแยกยาวแต่ไม่กว้าง แม่หนูก็โทรไปบอกพ่อว่าน้ำลง พอแม่คุยโทรศัพท์เสร็จ น้ำก็ขึ้นมาทันทีจากร่องที่แตกด้วยสะพานไม้พัง หนูก็ยังไม่วิ่งเพราะนึกว่ามันขึ้นมาไม่ถึง หนูก็ยืนดูอยู่ เขาบอกว่าวิ่งให้เร็ว แล้วแม่ก็วิ่งมาจูงหนูพอหนูวิ่งไปถึงบ้าน พ่อกับพี่สาวก็วิ่งลงมาพอดี หนูก็พ่อพี่กับแม่วิ่ง พอวิ่งไปซอยเล็กๆ พอสักพักน้ำก็ท่วมพวกเราก็ล้มลงทั้ง

หมด ฝรั่งก็หยิบพ่อแม่พี่และหนู ตอนนั้นพี่หนูท้องอยู่ด้วย และพ่อน้ำเริ่มมาก
น้ำก็ซัดหนูเข้าร้านหมอนวด หนูเกาะเก้าอี้ไว้ได้ น้ำก็ดันหนูลอยขึ้นเกือบติด
เพดาน สักพักน้ำสีโคลนค่อยๆ ลดลง หนูก็เรียกพ่อแม่แล้วว่ายน้ำไปหาพ่อ พี่ก็
ตะโกนว่ารีบออกมาจากที่นั่น เดี๋ยวน้ำมาอีก หนูถามพี่ว่าแล้วแม่อยู่ไหน พ่อและ
พี่ติดที่เดียวกับหนู สักพักหนูก็พบแม่ๆ ติดอยู่อีกฝั่ง พอน้ำลด หนูถามคนอื่นว่า
เห็นพี่และน้องสาวหนูไหม เขาบอกว่าอยู่บนควนหมดแล้ว หนูก็รีบเดิน
ขึ้นควน ระหว่างทาง หนูก็พบน้องของหนู มีผู้ชายอุ้มมาให้ หนูก็พาน้องขึ้นบนควน
แม่ก็ถามคนอื่นว่าเห็นตาหนูไหม มีเพื่อนมาถามหนูว่าเห็นแม่เขาไหม หนูก็บอกว่า
ไม่เห็น พอสักพักหนูก็พบญาติๆ หนูทุกคน แต่ไม่พบตาคนเดียว ญาติๆ หนูก็ขึ้น
บนเขาพอย่ำ ก็ได้นอนพักค้างบนนั้นหนึ่งคืน พอรุ่งเช้าก็พากันไปเกาะยาว จ.พังงา
พี่ๆ ของหนูก็พากันลงไปเกาะพีพี เพื่อที่จะไปหาคุณตา แต่ก็ไม่พบ ผ่านไป ๒ วัน
เขาก็พบคุณตา ที่เขาก็ตามาทำพิธีฝัง พี่น้องหนูร้องไห้ทุกคนและหนูด้วย แต่หนูก็ทำใจได้

ด.ญ. ซีเรียม ทองเกิด ป. 6/3
สีเทียนบนกระดาษปอนด์ 100 g. ขนาด 21 x 29.7 cm.

หลับตื่นประมาณ 9 โมงเช้าเศษๆ หนูอาบน้ำแต่งตัว พอประมาณ 10 โมง
หนูก็จะลงไปข้างล่าง แต่เผอิญหนูเห็นผู้คนวิ่งขึ้นภูเขาใกล้บ้านหนู หนูก็
คิดว่า สงสัยว่าไฟไหม้หรืออะไรสักอย่าง หนูก็วิ่งตามเขาไปบนภูเขาสักพัก
หนูก็ลงมาในบ้าน แต่หนูก็ไม่ได้ถามเขาว่าอะไร หนูนั่งอยู่บ้านนานมากๆ
แต่หนูก็สงสัยว่าทำไมพี่สาวหนูไม่กลับมาหนู อยู่ที่บ้านนานมากพอ
ประมาณบ่าย 3 โมง วันเกิดเหตุ พ่อกับแม่เลี้ยงหนูมารับหนู
เพราะพ่อ-แม่เลี้ยงหนูอยู่กระบี่ พ่อเรียกหาพี่สาวของหนูที่ตื่นเขา
พี่ของหนูก็ลงมา แต่ตอนนั้นหนูก็ไม่ทราบว่าเกิดอะไรขึ้น แต่พอ
หนูลงมาแถวใน ข่าวหนูก็ตื่นตั้งพึ่น เพราะไม่ทราบว่ามันจะเป็น
อย่างนี้ พอหนูมาถึงหน้าพีพีไอเต็ล หนูเห็นศพตั้งเยอะแยะ

และหนูก็เดินมาที่ท่าสะพานปลา หนูยืนดูสภาพเกาะพีพีเรียบเป็นหน้า
กอง หนูก็คิดว่าตรงนั้นหนูเคยนั่งเล่นกับเพื่อน หนูร้องไห้ฟูมฟายจน
แม่เลี้ยงหนูปลอบจนหยุด หนูเคยคิดว่านี่คือเหตุการณ์ที่ร้ายมากที่สุด
ในชีวิตนี้แล้ว แต่มันก็ที่หนูไม่รู้ หนูไม่ได้วิ่งด้วย หากหนูรู้ หนูจะ
ลงไปช่วยแม่และเพื่อนๆ ญาติๆ หนู หนูก็ไม่รอดแน่ๆ จนวันนั้น
คือวันนี้ หนูก็ยังตกใจอยู่นิดๆ และหนูก็อยากให้ทางรัฐบาลรีบ
ปรับปรุงให้อย่างรวดเร็ว เพราะที่นั่นเป็นบ้านเกิดของหนู
หนูอยากให้โรงเรียนเสร็จเร็วๆ

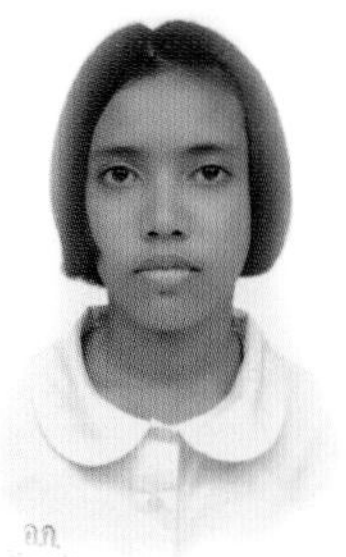

ความโศกเศร้า และ ความรุนแรง

ด.ญ. วันเพ็ญ บุญมาก ม. 1
สีเทียนบนกระดาษปอนด์ 100 g. ขนาด 21 x 29.7 cm.

วันเกิดเหตุตอนนั้นอยู่ในร้าน อยู่กับน้อง นั่งฟังเพลงอยู่ หนูก็ได้ยินเสียงเขาวิ่ง เลยออกไปดู ก็เห็นคลื่นขนาดใหญ่ หนูก็วิ่งไปที่วิวพอร์ย แล้วเสาไฟฟ้าก็ล้มลงมา แล้วหนูก็หยุด หันไปดูพ่อ แล้วก็วิ่งต่อจนถึงวิวพอร์ย แล้วหนูก็ร้องไห้ แล้วลงไปดูข้างล่าง พอดูสักพักเขาบอกว่ามาอีก หนูก็วิ่งขึ้นไปต่อ หนูก็ร้องหาพ่อ แล้วพี่สาวบอกว่าไม่ต้องร้อง แล้วพ่อก็มา พ่อบอกว่าพวกหนูไม่เป็นอะไร เดี๋ยวพ่อลงไปหาหลานกับน้ำ พอสักพักพี่หมีก็มาถามว่า หลานไปไหน หนูก็บอกว่าไม่รู้ แล้วพี่หมีร้องไห้ แล้วมีข่าวฯ มาตาม บอกว่าให้ไปที่ขนำ แล้วหนูก็บอกว่าเดี๋ยวให้พ่อมาก่อน พอสักพักพ่อก็มา พวกหนูบอกพ่อให้ไปที่ขนำแล้ว พวกหนูก็เดินไป พอไปถึง พ่อบอกว่าจะไปหาหลานกับน้ำ พ่อสักก็มืด เขาก็เล่าเรื่องคลื่น พอรุ่งเช้าก็ขึ้นมาที่กระบี่ เพราะมีเรือมาช่วย

หนูชอบเกาะพีพี หนูอยากกลับไปเรียนที่เกาะพีพีอีก

ข้อดี มีธรรมชาติสวยสะอาด

ข้อเสีย ทำให้บ้านเมืองเสียหาย คนตาย

ด.ช. ต้นตระการ แสงเพลิง ป. 1
สีเทียนบนกระดาษปอนด์ 100 g. ขนาด 21 x 29.7 cm.

ครอบครัวของผมมีพี่น้อง 2 คน มีพ่อมีแม่ แม่ผมขายผักอยู่บนเกาะพีพี

พ่อผมขับเรือหางยาวนำนักท่องเที่ยว ไปดำน้ำ และตกปลา บางวันแม่ก็ออกทะเลกับพ่อ ไปว่ายน้ำกับนักท่องเที่ยวกับพ่อ ผมมีเพื่อนฝรั่งชื่ออะไรนั้นผมจำไม่ได้ ผมมักจะขี่คอดำน้ำกับเขาบ่อยๆ บางครั้งเขาก็ซื้อเสื้อให้ผมใส่ด้วย.

ทุกวันผมตื่นตอนตี 5 เพื่ออาบน้ำ กินข้าว และแต่งตัวเพื่อไปโรงเรียน แล้วผมกับพี่ก็ปั่นจักรยานไปโรงเรียนด้วยกัน บางครั้งก็ไปสายเพราะที่โรงเรียนของผม

มีครูฝรั่งมาสอนภาษาอังกฤษให้กับผม ผมสนุกมาก เพราะว่าครูฝรั่งใจดีมาก และก็สอนฟุตบอล ผมเล่นฟุตบอลชนะ บางครั้งก็มีกีฬาสี ทีมสีขาวจะมีน้อยๆ ทีมผมจะชนะบ่อยๆ พอเลิกเรียนผมก็กลับไปเปลี่ยนเสื้อผ้า แล้วผมก็ไปซ้อมมวยกับเพื่อนจะเสร็จประมาณ 5 โมงเย็น บางครั้งผมก็ไปซ้อม มาไม่ไป จากนั้นก็กลับบ้านไปอาบน้ำ กินข้าว ดูการ์ตูนและก็เข้านอน วันเสาร์และวันอาทิตย์ ก็ไปนั่งรอเพื่อนเพื่อจะซ้อมมวย และบางครั้งผมก็ไปดูลิง ผมก็ไปดูลิง ผมก็ดูลิง ลิงไล่ผมหาเพื่อนไม่เจอ มันก็ไล่ผม หาเพื่อนไม่เจอ มันก็ไล่ผมอีก ผมก็วิ่ง ลิงก็ไล่กัดผม ผมก็หยิบไม้ตีมัน บางครั้งก็ไปจับปลา จับปู จับกุ้ง แล้วก็มีลิงด้วย ผมไม่กล้า ผมอยากกลับไปที่โรงเรียนเกาะพีพี แล้วผมกลับไปเก็บขยะที่เกาะพีพี

ด.ช. ศราวุฒิ ทองเกิด ม. 1/8
สีเทียนบนกระดาษปอนด์ 100 g. ขนาด 21 x 29.7 cm.

วันที่ 26 ธันวาคม พ.ศ. 2547 ในเวลา 10.30 นาฬิกา

ผมขึ้นมากระบี่กับเพื่อน 1 คน ชื่อ เอ เป็นห้องเดียวกัน ม.1 พ่อแม่เขาไปทำงานที่เกาะพีพี แต่เดิมเขาอยู่นครศรีธรรมราช ผมรู้ข่าวประมาณ 11.45 นาฬิกา ว่าคลื่นยักษ์สึนามิ กวาดเกาะพีพี เคลื่อน มีคนตายเยอะ ผมใจหาย แต่เพื่อนผมไป เจอคนรู้จักเขา เลยชวนไปนอนโรงแรมที่เขาพักอยู่ พอกลางคืน เขาไปดูข่าว ผมเลยโทรไปหาพี่ที่ภูเก็ต พอรุ่งเช้า พี่เขาพาไปดูที่โรงพยาบาลไปเช็คชื่อคนที่บาดเจ็บ ผมไปศาลากลางแจ้งชื่อคนที่สูญหาย พอตอนเที่ยง ผมกับเขาออกจากห้องพักไปโรงพยาบาล เจอคนรู้จัก ที่บาดเจ็บเยอะมาก ผมเลยไปท่าเทียบเรือเจ้าฟ้า ผมดีใจมากที่พ่อแม่ไม่เป็นอะไร

ข้อดีของเหตุการณ์คือ ดีใจที่พ่อแม่พี่สาวไม่เป็นอะไร

ข้อเสียของเหตุการณ์คือ ผู้คนตายเยอะมาก

เรื่อง นี้ หนู เล่า

ด.ช. กมลภู หยั่งทะเล ป. 1/4
สีเทียนบนกระดาษปอนด์ 100 g. ขนาด 18.5 x 21 cm.

ผมอยู่ที่โรงเรียนเกาะพีพีเวลาประมาณ 10 นาฬิกา 5 นาที ผม
เจอคลื่นยักษ์ ผมไปดูเรือใหญ่กับเรือหางยาวติดแห้งอยู่บนชายหาดผมเจอ
คลื่นยักษ์ ผมวิ่งแล้วผมก็ล้ม น้ำหลังจากที่น้ำแห้งลง
ผมก็เดินขึ้นเขา รีสอร์ท จากนั้นคลื่นยักษ์ก็มาอีกลูกหนึ่งระดับน้ำ
สูงขึ้นมากเรื่อยๆ พ่อแม่ ตัวผมและเพื่อนๆ ก็ลงมาจากเขา
เวลาประมาณ 7 โมงเช้าของวันรุ่งขึ้นครอบครัวของผมก็มารับโดย
เรือเร็ว ผมคิดถึงเกาะพีพี ผมอยากกลับเกาะพีพีเร็วๆ ครับ

ด.ช. ทรงภพ กองข้าวเรียบ ป. 2/4
สีเทียนบนกระดาษปอนด์ 100 g. ขนาด 21 x 29.7 cm.

วันนั้น ผมว่ายน้ำอยู่ ในทะเล พอผมขึ้นจากน้ำทะเล ผมเห็นน้ำ ลงผมก็ไปยืนดู
พอสักพักคลื่นลูกใหญ่ก็มาผมก็ร้องบ่บอกใจ และไม่ได้บอกใครเลยเพราะผมตกใจผมก็วิ่งขึ้น เขา
และผมก็ได้เจอพ่อแม่ที่   ผมร้องให้แม่บอกว่าอย่าร้อง

TSUNAMI ความตาย

อยู่เมืองกาญจ์

ด.ช. วรวุฒิ สุระอามาตย์ ป. 2/4
สีเทียนบนกระดาษปอนด์ 100 g. ขนาด 21 x 29.7 cm.

วันนั้นผมวิ่งไปหาพี่ที่ห้องแล้ววิ่งขึ้นเขาแล้วพี่ก็หายไปผม
ก็ไม่เห็นพี่แล้วผมก็เห็นแม่วิ่งขึ้นมาหาผมแม่ก็พาผม
ไปหาพี่แล้วก็หาไม่พบ

TSUNAMI เดือดร้อน

ปลาตาย

ด.ช. สินชัย เสมารักษ์ ป. 3/3
สีเทียนบนกระดาษปอนด์ 100 g. ขนาด 21 x 29.7 cm.

วันนี้ผมอยู่ที่ทะเลผมเห็นคลื่นยักษ์ผมก็ไปเรียกพ่อกับแม่ของผมให้วิ่งหนี
ขึ้นที่ตึกบันยันผมขึ้นไปนอนบนหริวพอยท์ได้รับประทานข้าวเปล่า
ไม่มีอาหารกินเลยผมนอนอยู่บนหริวพอยท์หนึ่งคืน หนาวมาก
พอรุ่งเช้าผมก็ลงไปทางเกาะดอนพี่ผมเอาเรือมารับพ่อกับแม่
ผมพี่สาวและน้องสาวของผม

ผมอยากกลับไปอยู่เกาะพีพีเพราะบ้านผมอยู่ที่นั่น.

ผมอยากกลับไปเรียนที่เกาะพีพีอีก ผมอยากกลับไปอยู่บ้านเดิม

แม่กับผมวิ่งพ่อถูกน้ำพัดล้มลงหงายหลัง มีตู้ไม้ต้นหนึ่งอยู่ข้างๆ
พ่อ ดันไม้นั้น ไม่รู้ พ่อผมเลย ว่ายน้ำลอดรูนั้นจึงปลอดภัย

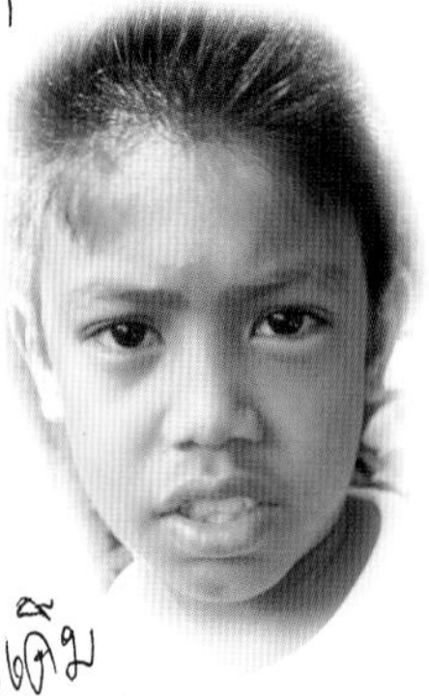

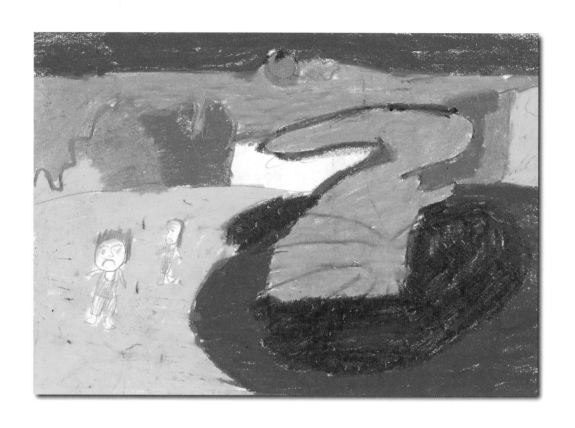

ด.ญ. เมธินี ระกะการ ป. 5/2

สีเทียนบนกระดาษปอนด์ 100 g. ขนาด 21 x 29.7 cm.

หนูเป็นคนเกาะพีพีตั้งแต่กำเนิด พ่อแม่หนูทำงานอยู่ที่นั่น คืนวันที่ 25 ธันวาคม 2547 หนูไม่นึกเลยว่าหนูต้องมาวิ่งหนีน้ำ เหตุการณ์มันมีอยู่ว่า เช้าวันอาทิตย์ที่ 26 ธันวาคม 2547 เวลาประมาณ 10.00น. หนูนอนดูโทรทัศน์อยู่ๆ ไฟก็ดับ หนูได้ยินเสียงคนร้องหนูนึกว่าไฟไหม้บังกะโล หนูจึงเดินออกไปเห็นคนวิ่งขึ้นเขา หนูกำลังจะวิ่งไปดู แม่บอกว่าให้วิ่งขึ้นเขาพอบอกเสร็จ แม่ก็วิ่งขึ้นไปเอากระเป๋าสตางค์ พอลงมา แม่ถามว่าทำไมไม่วิ่งขึ้นเขา พอพูดจบหนูกับแม่ก็วิ่งขึ้นเขาพอวิ่งไปได้ครึ่งทางมีผู้หญิงคนหนึ่งบอกแม่ว่าระหว่างที่เขากำลังขายของ เขาเห็นคนวิ่งมาจากทะเล แล้วตะโกนว่าน้ำท่วมเกาะพีพีแล้วเขาหันกลับไปดูที่ทะเลเห็นคลื่นพุ่งมาจากทะเล เขาก็วิ่งขึ้นเขาพอเล่าจบ มีคนบอกว่าคลื่นลูกที่ 2 กำลังจะมา พวกหนูก็วิ่งกันต่อจนถึงวิวพ้อย คืนนั้นหนูนอนบนวิวพ้อย หนูนอนไม่ค่อยหลับเพราะเสียงเฮลิคอปเตอร์ดังมาก พอตอนเช้าเขาให้ขึ้นกระบี่ทุกคน !! เหตุการณ์คลื่นยักษ์ "สึนามิ" หนูจะจำไปจนวันตายว่าครั้งหนึ่งเคยมีคนตายเพราะ "สึนามิ"

ข้อดี : น้ำทะเล และหาดทรายสวยขึ้น

ข้อเสีย : บ้านเรือนพังเสียหาย

ด.ญ. ศิรินทิพย์ หลีช้างใต้ ป. 4

สีเทียนบนกระดาษปอนด์ 100 g. ขนาด 21 x 29.7 cm.

วันที่เกิดเหตุหนูอยู่ที่บ้าน กำลังฟังวิทยุสถานีของป่าตอง ว่าป่าตองถูกคลื่นยักษ์ถล่ม
พอหนูรู้ข่าว หนูก็วิ่งไปบอกพ่อ พอหนูจะพูดบอกก็มีคนวิ่งมาบอกว่าให้วิ่งเร็วๆ
น้ำกำลังมา พ่อก็ให้หนูวิ่ง หนูก็ให้น้าวิ่งตามหนูมา แต่น้าก็พาหลานที่ไม่รอด
ตอนนั้นหนูก็คิดว่าพ่อหนูเสียชีวิตแล้ว หนูก็ร้องไห้อยู่บนวิวพอยท์ หนูถามทุกคน
ที่หนูรู้จักว่าเห็นพ่อของหนูหรือไม่ ทุกคนที่หนูรู้จักตอบว่าไม่เห็นพ่อของ
หนู เลยตามไปด้วยร้องไห้ไปด้วย หนูได้เจอเพื่อนชื่อว่า "บิว" เขาบอกหนูว่า
พ่อ แม่ และน้องของเขาเสียชีวิตแล้ว เขาก็ร้องไห้ หนูก็ร้องไห้ตามเพื่อนของ
หนูไปด้วย น้าหนูก็ถามหนูว่า "ซุกรี" อยู่ไหน หนูก็บอกว่าน้องตายแล้ว
ผ่านไป 1 นาที หนูเห็นพ่อของหนู วิ่งเข้าไปกอดพ่อและร้องไห้และพาพ่อไป
ที่สวนของป้า ไปเจอน้าและป้าทุกคนที่เป็นพี่น้องของพ่อ ต่างคนก็ต่างร้องไห้
ทุกคนต่างก็พากันไปพักผ่อน พอประมาณเที่ยงคืนก็มีเรือมาถึงฝั่ง ทุกคนต่างก็
วิ่งไปดูว่าใครมา พอวันรุ่งเช้าต่างคนก็พากันไปขึ้นเรือ ตอนที่เรือออกจากฝั่ง
หนูก็ร้องไห้ เหมือนไม่อยากไปจากเกาะพีพีนี้เลย หนูรักเกาะพีพี ถ้าเกาะพีพี
ทำเสร็จเมื่อไหร่ หนูจะไปเริ่มต้นที่เกาะพีพีใหม่

ด.ช. อัสนัน ทองคำ ป. 1/1

 สีเทียนบนกระดาษปอนด์ 100 g. ขนาด 29.7 x 21 cm.

วันนั้นผมกำลังเล่นอยู่หน้าบ้าน พอทีนี้ไม่รู้เสียงอะไร พอไปดูเห็นน้ำมา ก็วิ่งหนีไปติดสายหนาม แล้วก็พอน้ำลดก็ขึ้นไปได้ พอคลื่นลูกที่สองไม่ทันได้มา พ่อแม่ลงไปดู พ่อพูดว่าน้องฮัสนัยไปกับน้ำแล้ว พ่อผมออกไปที่ถนน ผมก็ร้องไห้ ผมเหมือนจะบ้า พอผมขึ้นไปบนควน อยู่บนควนนั้นดีแล้ว แม่บอกว่าแม่จะไปหาพ่อ พอลูกที่สามมา พ่อกับแม่หนีขึ้นควน น้องก็ร้องด้วยความตกใจ

ด.ญ. อาลิษา เชาว์ช่าง ป. 1/2
สีเทียนบนกระดาษปอนด์ 100 g. ขนาด 15 x 21 cm.

หนูรักเกาะพีพี หนูอยากกลับไปโรงเรียนบ้านเกาะพีพีอีก
วันหนึ่งหนูเจอคลื่นยักษ์สึนามิ หนูเห็นขยะมากมาย มีคนวิ่ง มีคนร้องไห้
มากมายหนูกลัวมาก หนูรักพ่อแม่มากที่สุด หนูอยากกลับไปอยู่เกาะพีพีอีก

ด.ช. กวิน คงรักษ์ ป. 1/1

สีเทียนบนกระดาษปอนด์ 100 g. ขนาด 21 x 29.7 cm.

ผมอยู่ที่บ้าน กำลังเล่นทรายอยู่กับน้องที่ชายหาด

แม่ของผมก็วิ่งมาและพาผมขึ้นไปบนเนินเขา เพราะ
บ้านของผมอยู่ริมทะเล ตอนนั้นผมมองไปที่ทะเล
เห็นคลื่นมาลูกใหญ่มาก แม่ก็ดึงผมวิ่งอย่างรวดเร็ว
ขึ้นถึงเขาน้ำก็ขึ้นมาก ตาของผมอุ้มน้องผมไปช่วย ทั้งสองเสีย
ชีวิต ผมรักท่านมาก

ด.ญ. อรอนงค์ ป้าเหร็ม ป. 1/3

สีเทียนบนกระดาษปอนด์ 100 g. ขนาด 21 x 29.7 cm.

ฉัน รักเกาะ ฉันอยากกับ
ไปอยู่เกาะพีพี

หนู มีพี่ 3 คน
มียาย มีตา มีเพื่อน
หนูชอบทะเล

บอกบ่อนนะคะ
เพราะหนูเหนื่อย

ด.ช. วิษณุ ทำนากล้า ป. 4/3
สีเทียนบนกระดาษปอนด์ 100 g. ขนาด 18.5 x 21 cm.

ตอนเช้าผมแปรงฟัน แล้วผมไปโรงเรียน เล่นฟุตบอลและกีฬา
กับเพื่อน พอสักพัก ผมก็กลับบ้าน แล้วผมเห็นคลื่นยักษ์ ผมก็วิ่ง
ตอนนั้น แม่และยายของผมกำลังแต่งห้องทำงานใหม่ น้องของแม่
พ่อแม่รู้ว่าน้ำมาก็วิ่ง มาหาหลาน ตอนนั้นหลานผมอยู่ที่บ้าน ผมก็ไม่ได้เจอแม่ที่
เลย ถึงตอนนี้ผมไม่รู้ว่าแม่ของผมเป็นอย่างไรบ้าง ยายของผมก็หายไป
ด้วย ตอนนั้น ผมวิ่ง กับเพื่อน แล้วผมก็นอนที่วัง พอเช้านอนกับญาติ
แล้วลงมากับญาติ กับญาติในตอนเช้าและญาติก็พาขึ้นไปกระบี่
ผมไม่เจอแม่เลย ผมอยากเห็นแม่มากครับ ไม่รู้ว่าเป็นอย่างไรบ้าง
ผมอยากไปเที่ยวที่เกาะพีพี มากครับ อยากไปเล่นน้ำทะเล
ที่เกาะพีพีด้วยครับ

ด.ช. อนวัช งานแข็ง ป. 2/3
สีเทียนบนกระดาษปอนด์ 100 g. ขนาด 21 x 29.7 cm.

เรื่อง สึนามิ

วันนั้นผมไม่ได้อยู่ในเหตุการณ์แต่พ่อของผมอยู่ในเหตุการณ์และ แม่ของผมก็เสียใจผมก็เสียใจและ เพื่อนของผมก็ สงสารพ่อของผมเขาก็พาเรือไปรับพ่อและคนรอดตาย เวลาพ่อกลับมาหา ผมผมก็ดีใจและแม่ก็ดีใจ

ด.ช. ธนบดี ภักดีไทย ป. 3/1

สีเทียนบนกระดาษปอนด์ 100 g. ขนาด 21 x 29.7 cm.

วันที่ 26 ผมไปภูเก็ตผมนอนหลับอยู่กับอามและแจ๊ค
และผมตื่นขึ้นมาเห็นแผ่นดินไหวและผมกับอามและแจ๊ค
ไปใส่เสื้อชูชีพ เพราะเรือมันโคลงเคลง แล้ว
ในใจผมคิดว่าจะกระโดดน้ำทะเล เพราะผมกลัว
เรือคว่ำ แล้วเรือไปหลบคลื่นยักษ์สึนามิที่เกาะยาว
จังหวัดพังงา แล้วไปอยู่บนดอน 3 ชั่วโมง แล้วเรือ
พาไปที่กระบี่ ผมอยากไปอยู่เกาะพีพี เล่น
ไฟโชว์ เพราะผมรักเกาะพีพีมากๆ ผมอยาก
ทำงานมีเงินของผมเอง

ด.ช. วีรวัฒน์ งานแข็ง ป. 1/4

สีเทียนบนกระดาษปอนด์ 100 g. ขนาด 18.5 x 21 cm.

วันนั้นผมกับน้อง ๆ เล่นอยู่ที่ใต้ต้นไม้ หนูเห็นคลื่นใหญ่
หนูวิ่งกลับบ้าน
บ้านหนูอยู่ข้างสุเหล่า
แม่พาหนูขึ้นบ้านชั้นสองและขึ้นบนหลังคา
บนหลังคา มีคนเยอะ หนูกลัวแต่ไม่ร้องไห้
ตาเสียชีวิต หนูเสียใจ
หนูไม่อยากให้เกิด นสึนามิเพราะน่ากลัว

ด.ช. ภูวดล งานแข็ง ป. 2/2
สีเทียนบนกระดาษปอนด์ 100 g. ขนาด 21 x 29.7 cm.

... ๆ ตอนแรกผมตื่นนอนดูทีวีอยู่ ผมได้ยินเขาวิ่งกัน ผมก็วิ่งไปดู
ผมยืนดูน้ำมา ผมก็ตกใจจะไปที่บ้าน ผมเห็นน้ำสูงเท่าต้น
มะพร้าว ผมเห็นกำแพงน้ำมันก็มาทางข้างหน้าของผม ผมว่ายน้ำ ไปกอดต้นมะพร้าวและผมก็กอดพี่ชายด้วย จากนั้นผมกับ
พี่ชายก็ปีนขึ้นไปบนหลังคาบ้าน และไปอยู่ที่เนินเขา

ขณะที่ผมอยู่กระบี่แล้ว ... ผมอยากกลับบ้านที่เกาะพี
พีมาก ๆ บ้านผมอยู่ที่เกาะพีพี เกาะพีพีทะเลสวยมาก
ปลาก็สวย ทรายสีสวยและปะการังสวยมากครับ

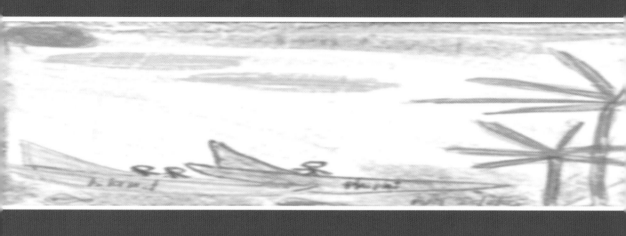

คลื่นชีวิต

ด.ช. วงศธร ปุตสะ ป. 2/2
สีเทียนบนกระดาษปอนด์ 100 g. ขนาด 21 x 29.7 cm.

ตอนนั้นเพื่อนและผมก็กลับบ้านไปดูการ์ตูนแล้วผมก็
ไปซื้อขนมพอซื้อเสร็จก็กลับบ้านไม่นานก็มีคลื่นยักษ์
มา ผมก็วิ่งขึ้นเนินเขา

ผมกลัวมาก เสียใจ เพราะ คนอีก หายและตาย เกือบ 60 คน
และผมก็อยู่บนเขาทั้งคืน หนาวมากเพราะพ่อไม่ขึ้นมาบน
เขา ก็อยากให้พ่อมาหา ผมมาก ผมร้องไห้เสียใจที่สุด
พอตอนเช้า ผมก็ลงเขามาเพื่อขึ้นเรือไปกระบี่ไปบ้านญาติ
ของผม เหตุการณ์ครั้งนี้ทำให้ผมรู้สึกเสียใจและหวาด
กลัวมาก ผมจะกลับไปที่โรงเรียนเกาะพีพีอีกครั้งเพราะผม
รักเกาะพีพี

ข้อดี เช่น ดอกไม้สวยและน้ำทะเลสวยและชอบโรงเรียน
ที่สุดเพราะโรงเรียนอบอุ่นแต่ตอนนี้จะมีโรงเรียนใหม่ให้ผม
ซึ่งผมไม่รู้ว่าจะมีหน้าตาเป็นอย่างไรจะเหมือนโรงเรียนเก่า
ของผมไหม

ข้อเสีย เช่น เพื่อนของผมเสีย และเงินทองชาวบ้านก็สูญเสีย
หลายคนบ้านสูญเสีย

ด.ญ. สุกัญญา นิลสมุทร ม. 3
สีเทียนบนกระดาษปอนด์ 100 g. ขนาด 21 x 29.7 cm.

ขณะเกิดเหตุเวลา 10.30 น. ตอนนั้นหนูนั่งล้างจานอยู่ในครัว พี่ชายที่อาบน้ำก็กำลังจะไปทำงาน หนูได้ยินเสียงเหมือนคนไล่จับไก่ชน เป็นธรรมดาของคนข้างบ้านหนูได้ยินเสียงผู้หญิงด้วยหนูเลยออกไปดูเห็นนักท่องเที่ยวและผู้คนประมาณ 50 กว่าคนวิ่งขึ้นบนเนินเขาหลังบ้านหนู หนูถามพี่ชายว่าเกิดอะไรขึ้น พี่ชายบอกว่าให้วิ่งขึ้นเขาให้เร็วที่สุด เพราะน้ำกำลังจะมา หนูเลยวิ่งขึ้นเขาอย่างไม่ห่วงชีวิต และเนินเขานั้นเป็นป่าและมีหนามมากมาย หนูวิ่งโดยไม่ใส่รองเท้า และไม่รู้สึกเจ็บเท้าเลยเพราะหนูตกใจมากหนูวิ่งด้วย เรียกพี่ด้วย พอพบก็กอดกับพี่ชายร้องไห้ด้วยตอนนั้นตกใจมากับเหตุการณ์ที่เกิดขึ้น ตอนนั้นแม่ห่วงหนูมาก หนูกับพี่ชายเลยออกตามหาแม่ ซึ่งตอนนั้นไปขายของพอดีโชคดีที่ไม่เป็นอะไรเพราะแม่ออกไปขายของได้ไม่ไกลจากบ้านนัก หนูเห็นแม่หนูเข้าไปกอดแม่และร้องไห้และไปหุงข้าวกินบนวิวพ้อย นั้นมีผู้คนมาพร้อมกันมากมาย มีคนบาดเจ็บเยอะไปหมดตอนนั้นพ่อหนูออกเรือไปที่หวังหลงเป็นเกาะๆ หนึ่ง แต่ไม่มีชายหาด ถูกความแรงของคลื่นเกือบเอาชีวิตไม่รอดเหมือนกัน แต่หนูดีใจที่ครอบครัวหนูไม่เป็นอะไร มีบาดเจ็บเพียงเล็กน้อย และหนูไม่เคยคิดเลยว่ามันจะเป็นแบบนี้ นึกว่าฝัน และฝันร้ายที่สุดในชีวิต แต่ถ้าเขาฟื้นฟูแล้วหนูจะกลับไปเกาะพีพี เพราะหนูรักเกาะพีพี

ด.ช. สันติสุข หลุ่ยจิ๋ว ป. 4/3
สีเทียนบนกระดาษปอนด์ 100 g. ขนาด 21 x 29.7 cm.

ผมตื่นมาดูโทรทัศน์แล้วกำลังจะไปที่ท่าเรือแล้ว มีพนักงานชาวเกาะมา
ปิดเครื่องไฟแล้วมีคนมาบอกแม่ของผมว่าวิ่งเร็วน้ำมาแล้วแม่บอกผมว่า
วิ่งขึ้นเนินเขาที่หลังบ้านแล้วผมหันไปมองผมเห็นต้นมะพร้าวล้ม
เรียงรายลงมาเต็มไปหมดแล้วคนก่อสร้างที่รู้จักกันผมและพ่อ
ของผมพาผมวิ่งขึ้นเนินเขา เมื่อขึ้นไป บนเนินเขาผมก็เป็นลมอยู่ ประ
มาณ 20นาที พ่อก็ขึ้นมาหาผม แม่และน้องแล้วพ่อเล่าว่าพ่อพา
ฝรั่งลงเรือพอถอนสมอเรือแล้วก็มองดูไม่มีห้า
พออีกสักครู่มีคลื่นมาลูกใหญ่มาก แล้วเรือก็คว่ำแล้วพ่อว่าย
น้ำขึ้นโรงแรมบันยันชั้นสอง พอน้ำลดพ่อก็กลับมาบ้านก็ไม่มี
ใคร แล้วมีคนมาบอกพ่อว่าแม่ ผมและน้องอยู่บนเนินเขา

พอวันรุ่งขึ้นพ่อก็ไปหาญาติพี่น้องของพ่อ พอสองโมงเช้า
พ่อพาผมแม่และน้องไปภูเก็ต ผมรักเกาะพีพีมาก ผมอยากไป
เกาะพีพี อยากให้เกาะพีพีกลับมาเป็นเหมือนเดิม แล้วผม
ก็อยากไปเล่นน้ำที่เกาะพีพีมาก
สึนามิทำให้คนจากกัน
ทำให้คนตายมาก

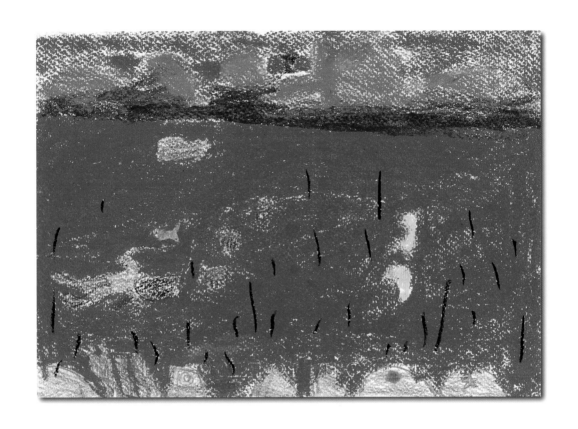

ด.ญ. ประภาศิริ ครองบุญ ป. 3/2
สีเทียนบนกระดาษปอนด์ 100 g. ขนาด 21 x 29.7 cm.

วันที่ ๒๖ ธค. ๒๕๔๗ หนูอยู่ที่บ้านดูทีวีได้ยินผู้ใหญ่พูดว่า น้ำกำลังมา น้ำไหลแรงมาก หนูได้ยินเขาบอกว่าให้วิ่ง หนูจึงวิ่งขึ้นไปที่วิวพอยท์ หนูวิ่งไปพร้อมกับแม่และพี่ปลา น่ากลัวมาก เจอผู้คนมากมาย มีเด็กและผู้ใหญ่ก็ตาก ที่น้ำมาเยอะมาก หนูกับแม่ปลอดภัย หนูอยากให้ทุกคนปลอดภัยด้วยค่ะ หนูนอนบนเนินเขาวิวพอยท์หนึ่งคืน หนูลงมาจากเนินเขาวิวพอยท์กับแม่แล้ว ก็นั่งเรือมากระบี่ หนูรักเกาะพีพีค่ะ

ข้อดี ปะการังสวยงาม หาดทรายสีขาว

ข้อเสีย ทำให้บ้านเรือนเสียหาย ผู้คนล้มตาย

ด.ญ. ณัฐกมล ศรีหมอก ป. 2/2
สีเทียนบนกระดาษปอนด์ 100 g. ขนาด 21 x 29.7 cm.

ตอนที่เกิดเหตุการณ์หนูไปเล่นบ้านเพื่อนไม่นานนักก็มีคนวิ่งมาและตะโกนว่าน้ำท่วมเกาะพีพีแล้ว กลัวแต่ไม่ร้องไห้เพราะรู้สึกเสียใจ เขาบอกว่าให้วิ่งขึ้นบนเนินเขา แล้วหนูก็วิ่งลงมาที่บ้านวงศกร (เพื่อน) หนูก็ขึ้นไปบนวิวพอยท์ พอค่ำหนูก็นอนบนวิวพอยท์หนึ่งคืน หนาวไม่มีผ้าห่ม นอนเหมือนคนขอทาน พอตอนเช้าหนูกับแม่ก็ขึ้นมากระบี่มาพักอยู่ที่บ้านญาติคือเพื่อนแม่ชื่อจ๊ะยอ ตอนที่เกิดคลื่นยักษ์ขึ้นหนูเห็นผู้คนล้มตายมากมาย มีคนบาดเจ็บอยู่บนวิวพอยท์ แต่ยังโชคดีที่พ่อแม่ของหนูอยู่กับหนู ทำให้หนูรู้สึกกลัวน้อยลง แต่หนูคิดว่าหนูยังอยากกลับไปเกาะพีพี เพราะหนูรักเกาะพีพีและโรงเรียนของหนูค่ะ

สึนามิทำให้

ข้อดี ทำให้ทุกคนรู้จักช่วยเหลือกัน

ข้อเสีย ทำลายบ้านเรือน

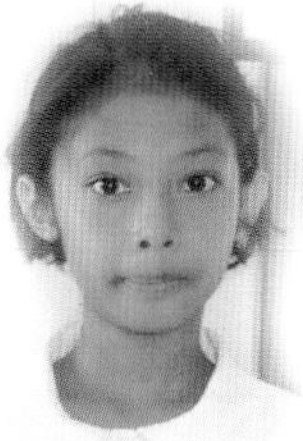

ด.ช. ศุภณัฐ เม่งเอียด ป. 1
สีเทียนบนกระดาษปอนด์ 100 g. ขนาด 21 x 29.7 cm.

ตอนแรกผมได้ทำเปดทำไก่เผ็ดไปขายที่บ้านน้าของผม แล้ว
แม่ผมก็วิ่งมาบอกว่าให้วิ่งหนีเร็วน้ำท่วมเกาะพีพีแล้ว ผมก็ได้วิ่ง
ตามแม่ไปผมก็พลัดหลงกับแม่ ผมร้องเลย มีคนมาช่วยผมและพา
ผมขึ้นบนต้นไม้แล้วพ่อถามแม่ว่าผมอยู่ไหน แม่ก็ได้บอกพ่อว่า
ไม่รู้พลัดหลงกันตอนไหนเพราะผมหลงกับแม่พ่อก็ตามหาผมและ
พร้อมกับเรียกชื่อผมไปด้วยว่า "บ่าว บ่าว บ่าว อยู่ไหน
ลูก" ผมก็เรียกพ่อว่าอยู่ที่อยู่บนต้นไทรครับ พ่อก็ว่า
"อ้าวอยู่ตรงนั้นหรือลูก" พ่อได้นำผมลงมาจากต้นไทร แล้ว
พาผมขึ้นไปบนเนินเขาและผมก็ได้พบกับแม่ ผมรู้สึกว่าผมรักแม่มาก
ที่สุดในโลกเลยครับ

ไม่รู้เมื่อไหร่ผมจะได้กลับไปเกาะพีพีอีก ผมชอบ
เกาะพีพีมากครับ

ด.ญ. อธิตยา บุญสพ ป. 5/8

สีเทียนบนกระดาษปอนด์ 100 g. ขนาด 21 x 29.7 cm.

ตอนเวลา 10 โมงเช้า ตอนนั้นหนูเล่นที่ชายหาด หนูเห็นว่าน้ำลดลงอย่างเร็ว แม่และทุกๆคนวิ่งออกมาดูน้ำ จากนั้นน้ำก็ขึ้นมา แม่บอกให้วิ่งไปที่สูง หนูวิ่งไปที่สูง หนูเห็นคนนั้นโดนน้ำพาไป บางคนถูกไม้ทับ บางคนถูกของที่ลอยมาทำให้ขาดเสีย และทุกคนร้องไห้มาก เมื่อหนูวิ่งน้ำก็ตามหลังมา พอหนูวิ่งขึ้นเขา หนูก็ได้ยินเสียงคนข้างล่าง เขาร้องไห้และกรี๊ด ตอนที่หนูอยู่บนเขา ทุกคนก็หิว พี่หนูและญาติๆ ลงไปเก็บน้ำมาให้ดื่ม คืนนั้นหนูและพ่อกับแม่ก็นอนอยู่บนเขา ทุกคนได้กินของกันคนละนิด พอตอนเช้าทุกคนก็ลงมาจากเขาและขึ้นเรือไปกระบี่ค่ะ หนูรักเกาะพีพี สึนามิ

ข้อดี ครอบครัวไม่ขาดเสีย

ข้อเสีย ทำให้คุณตาเสียชีวิต

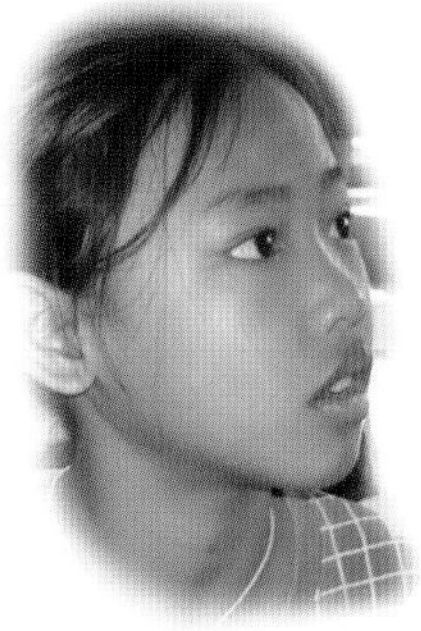

ด.ญ. ดุจฤดี เพลินจิตต์ ป. 5/3
สีเทียนบนกระดาษปอนด์ 100 g. ขนาด 21 x 29.7 cm.

วันที่เกิดเหตุการณ์นั้นหนูกำลังดูทีวีอยู่ แม่ของหนูกำลัง
ไปซื้อของเพื่อเตรียมทำแกงขาย แม่เห็นน้ำมาถึงที่ร้าน
ขายของแม่หนูคิดว่า น้ำต้องท่วมเกาะพีพีแน่ เพราะ
แม่จำที่เขาได้ทำนายว่าเกาะพีพีน้ำจะท่วม แต่ไม่รู้ว่า
วันไหน แม่ก็รีบกลับมาบอกหนูและแม่ก็พาหนูวิ่งขึ้น
เนินเขาแร็กเก้ หนูคิดว่าหนูต้องไม่รอดแน่นอน เพราะ
น้ำมันตามหลังหนูมา หนูรู้สึกเสียใจมากในเหตุการณ์
ครั้งนี้ เพราะน้าของหนูเสียชีวิต หนูไม่คิดว่าน้ำจะมา
ที่เกาะพีพี หนูอยากกลับไปที่เกาะพีพีอีก เพราะที่เกาะพีพี
เป็นบ้านเกิดของหนู หลังจากวันเกิดเหตุหนูได้กลับไปดู
ที่เกาะพีพี หนูรู้สึกเสียใจมากที่เกาะพีพีมีสภาพแบบนี้
หนูไม่คิดเลยว่าน้ำจะท่วมเกาะพีพี หนูคิดว่าน้ำจะมาน้อย
ไม่ท่วมเกาะพีพี เห็นเขาบอกว่าเขาจะลงไปสร้างที่เกาะพีพี
หนูจะกลับไปที่เกาะพีพี เพราะเกาะพีพีเป็นบ้านเกิดของหนู

ข้อดีที่เกิดเหตุการณ์นี้คือ ได้รับทุนการศึกษา

ข้อเสียที่เกิดเหตุการณ์นี้คือ ทำให้คนที่เรารักเสียชีวิต
ทำให้เสียบ้าน

ด.ช. ศราวุธ ชำนินา ป. 3/3
สีเทียนบนกระดาษปอนด์ 100 g. ขนาด 21 x 29.7 cm.

เหตุการณ์คลื่นยักษ์ถล่มภาคใต้ มีที่เกาะพีพี ที่น่าเสียใจมาก เกิดขึ้นวันที่ 26 ธันวาคม 2547

ผมอยู่ที่บ้าน บ้านของผมอยู่หลังเขื่อนใกล้ทะเล ตอนที่เกิดเหตุผมกำลังอาบน้ำ แต่งตัวอยู่

แล้วแม่ก็เรียกผมออกมา ผมเห็นน้ำทะเลมันแห้งมาก ทุกคนแปลกใจว่าน้ำทะเลแห้งผิดปกติ

ไม่ทันจะไร น้ำก็มาอย่างเร็วมาก ผมกับแม่ก็วิ่งไปแล้วโดนน้ำที่รูปปั้นปลาโลมา แล้วแม่ก็ล้มลงแล้ว

จมน้ำ แต่แม่ของผมก็ไม่เป็นอะไรมากนัก ไม่รู้ใครต่อใครเขาพาเขาไปหมด ที่ผมไม่รู้จักเขาโดน

ตู้หนีบ ตอนนั้นผมยังไม่เห็นคนตาย หลังจากนั้นน้ำก็ได้มาอีกลูกหนึ่ง น้ำก็ได้

สาดตู้ใบใหญ่ร้านขายของกระเด็นออกไป แล้วผมกับแม่ก็ไปยืนจับเสาที่ร้านขายผ้า

พอน้ำเริ่มแห้งลง แม่ก็พาผมไปที่เนินเขา โรงเก่า แต่ตอนนั้นพ่อนำอาหารไปให้ไก่ ที่บ้านผม

ที่วิวพอยท์ เลยไปที่วิวพอยท์ แล้วพ่อก็วิ่งมาดูว่าแม่กับผมนั้นเป็นอะไรบ้าง

เราทุกคน ในครอบครัวผมรักพีพีมาก ผมอยากกลับไปวิ่งเล่นและว่ายน้ำ

ทะเล ที่เกาะพีพีมากๆ เลยครับ   ข้อดี = ข้อเสีย

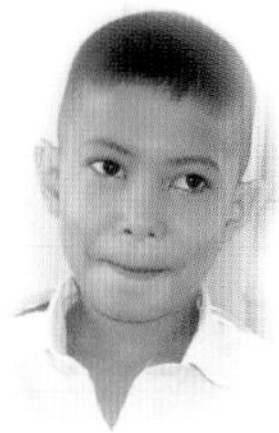

ข้อดี = ช่วยกันทำความสะอาด   ข้อเสีย = ทำให้บ้านเรือนเสียหาย

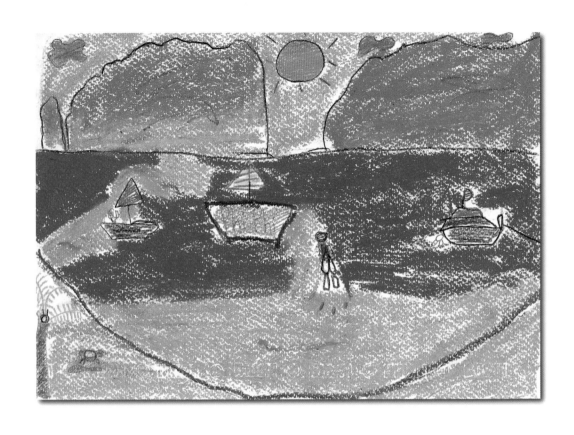

ด.ญ. รัตนาภรณ์ ละงู ป. 5/2

สีเทียนบนกระดาษปอนด์ 100 g. ขนาด 21 x 29.7 cm.

26 ธันวาคม พ.ศ. 2547 เกิดคลื่นสึนามิ หนูกำลังออกมาจากห้องน้ำ หนูได้ยินเสียงเขาวิ่งกัน หนูได้ยินเสียงเขาตะโกนว่าน้ำจะท่วมเกาะพีพี หนูก็วิ่งไปทางร้านขายส้มแล้ว หนูก็วิ่งขึ้นเนินเขาตอนหนูขึ้นเนินเขาน้ำทะเลมันก็มากระทบกัน พอหนูขึ้นไปถึงยอดเขา เขาก็มาบอกว่าคลื่นจะมาอีก หนูก็ลงจากเขาเหนื่อย ตอนที่หนูกำลังจะลง เขาก็มาบอกว่าคนงานหนูตายแล้ว พ่อหนูก็บอกหนูว่าพ่อจะไปเอาคนงานที่ตาย แต่ที่จริงพ่อหนูลงไปเอาเงินกับทอง ตอนนั้นหนูก็หลงที่วัดพอบ่าย สองชั่วโมงแล้วพ่อหนูก็พาไปกระบี่ ตอนที่หนูจะไปกระบี่ หนูก็ร้องไห้ว่าแมวหนูตาย พ่อก็บอกว่าแมวหนูยังไม่ตาย รุ่งเช้าอีกวันหนึ่ง พ่อก็ไปเอาแมวให้หนู หนูอยากกลับไปอยู่เกาะเร็วๆ

ด.ช. เจตนรินทร์ งานแข็ง ป. 3/3

สีเทียนบนกระดาษปอนด์ 100 g. ขนาด 21 x 29.7 cm.

วันนั้นผมอยู่ข้างบ้านกำลังเผาขยะอยู่ แม่บอก
ว่าไปซื้อกับข้าวมากิน ผมเห็นเขาวิ่งกันและพ่อบอก
ว่าเข้ามาในบ้านและวิ่งออกทางหลังบ้าน ผมเห็น
น้ำทะเลมาเต็มเลย น้ำก็มากระแทกหลังผม ผม
ก็จมน้ำพ่อก็ช่วยผมขึ้นมาจากน้ำ จากนั้นพ่อก็พา

ผมขึ้นเขาเร็กเก้ และวิ่งขึ้นเขาวิวพอยท์ ผมนอนอยู่บนเขา
วิวพอยท์ตลอดทั้งคืน พอตอนเช้ามืด พ่อลงไปข้างล่าง
หาของกินได้ และพ่อพาขึ้นมาบนเขาเอาของมาแจกทุกคน
และตำรวจมาบอกว่าให้ลงไปข้างล่างได้แล้ว ผมกับ
พ่อก็ลงจากเขาและเดินไปท่าเรือ เพราะเรือมารอรับแล้ว
เพื่อที่ขึ้นมากระบี่ ผมยังจะอยู่เกาะพีพี เพราะแม่จะทำงานที่นี่

คลื่นยักษ์ทำให้คนตายมากมาย ผมย้ายมาเรียนในเมืองได้รับ
เงิน ของเล่น และเสื้อผ้า ที่คนบริจาคมากมาย

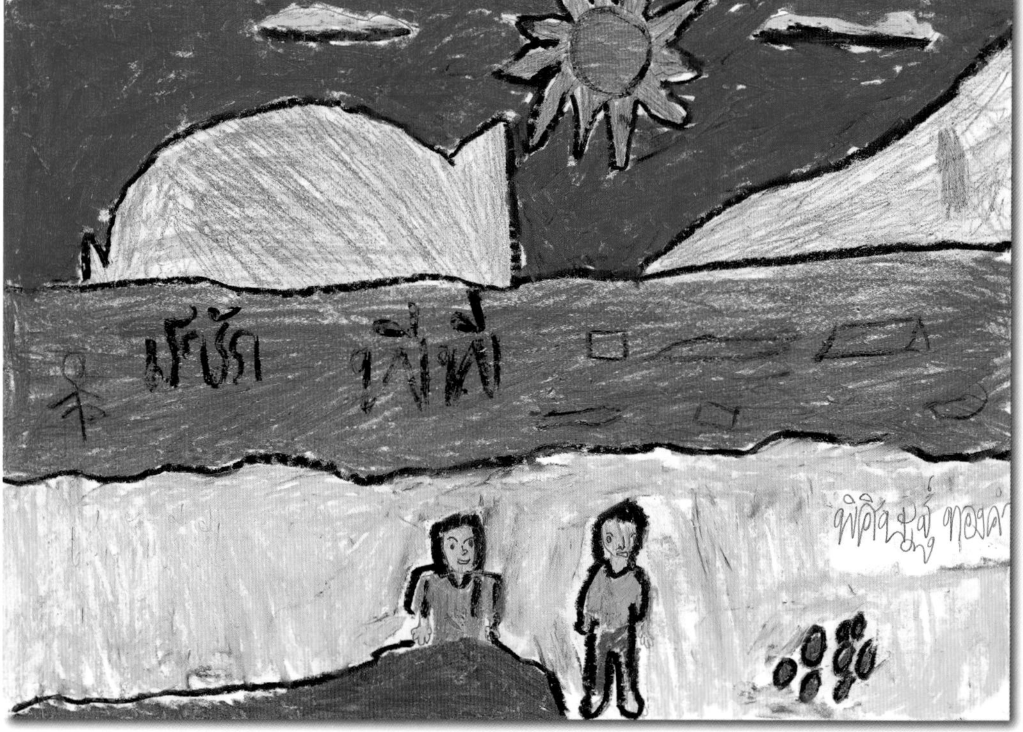

ด.ช. พิศิษฐ์ ทองคำ ป. 3/1

สีเทียนบนกระดาษปอนด์ 100 g. ขนาด 21 x 29.7 cm.

วันนั้นผมกับน้อง ๆ เล่นอยู่ที่บ้าน พ่อแม่กำลังจัดผัก เช้านั้น พี่ผมไปงาน และตอนนั้นแม่ผม
ไปปิดพัดลม ผมก็ได้ยินเสียงอะไรก็ไม่รู้ พอผมไปดูก็เห็นเรือระเบิด แต่พอดูข้างขวา ผมก็
เห็นน้ำ และกองไม้ ผมก็วิ่งไปหาน้อง แล้วพอน้ำมันมาถึงผมก็วิ่งหนีขึ้นเขา
แล้วผมจะลงมาหาพ่อแม่และน้อง ๆ พอตอนน้ำลง ผมลงไปหา ผมก็เจอยายกับน้าผม
ยายผมแกก็พาไปหาแม่ แม่พอดา น้องตาย

เสียใจมากและไม่อยากให้เกิดคลื่น
สึนามิ ทำให้เกิดความเสีย
และทำให้คนเสียเยอะ ไม่อยากให้เกิดจริง ไม่อยากให้น้องเสียชีวิต
สึนามิ ไม่มีข้อดีเลย

ด.ญ. เกศวลี ณรินทร์ ป. 4/3
สีเทียนบนกระดาษปอนด์ 100 g. ขนาด 21 x 29.7 cm.

วันเกิดเหตุ

ตอนนั้นหนูอยู่ที่บ้าน มีน้าสาวมาตะโกนว่า แผ่นดินไหว หนูก็ตะโกนบอกแม่ว่า
แม่มีน้าสาวมาตะโกนว่า แผ่นดินไหว ตอนนั้นแม่กำลังผัดข้าวอยู่
แม่ก็ไม่สนใจ แต่หนูก็ได้วิ่งลงไปดูที่ชายหาด หนูก็เห็นน้ำ
แห้งมาก มีปลาตัวเล็กตัวใหญ่กระโดดเพื่อหาน้ำ บางตัวก็นอน
ตายอยู่ พอน้ำมาถึงเท้าของหนู ก็วิ่งแล้วหนูก็เห็นยายกำลังเก็บ
ห่วงยางอยู่ หนูก็ไปช่วยยายเก็บห่วงยาง น้ำก็ตามขึ้นมาเรื่อยๆ
หนูก็วิ่งขึ้นเขา หนูก็คิดถึงมะหญิง หนูก็ถามแม่ว่า แม่เห็น
มะหญิงไหม แม่ก็บอกหนูว่าไม่เห็น หนูก็ร้องไห้ พอไม่เกิน
1 นาที เขาก็พามะหญิงขึ้นมาบนเขา ในครอบครัว
ของหนูก็ดีใจค่ะ เช้าวันรุ่งขึ้น หนูกับครอบครัว
ก็ขึ้นเรือมากับเรือเร็ว

หนูอยากจะลงไปเกาะพีพี เพราะหนูรักเกาะพีพี

หนูจะไม่ทิ้งเกาะพีพี

ถ้าเขาสร้างโรงเรียนบ้านเกาะพีพีเสร็จ

หนูจะลงไปเข้าโรงเรียนบ้านเกาะพีพีค่ะ

หนูรักครูใหญ่โรงเรียนบ้านเกาะพีพี

ด.ช. เชาวรินทร์ เมืองเอก ป. 4
สีเทียนบนกระดาษปอนด์ 100 g. ขนาด 26 x 19 cm.

ตอนเกิดเหตุผมไปภูเก็ต กับเพื่อนชื่อเอไมค์ระหว่างที่นั่งเรือแล้วคนในเรือ
แล้วคนในเรือก็พูดกันว่าแผ่นดินไหวแล้วคลื่นกระเด็นเข้ามาในเรือทำให้
ผมเปียกหมดทั้งตัวผมกลัวมากแล้วคนในเรือทำให้ผมไปเอาเสื้อชูชีพมาใส่
ได้ยินคนเขาพูดว่ามีคลื่นยักษ์เข้าสู่ภูเก็ตแล้วเรือก็เข้าฝั่งไม่ได้
แล้วเรือก็เข้าไปเกาะยาวคอยอยู่ที่เกาะยาวเป็นเวลานาน
มีคนพูดว่าเกาะพีพีน้ำท่วมเกาะหมดแล้วเกาะพังหมดแล้ว
ผมเป็นห่วงแม่พ่อและน้องสาวพี่สาว ตอนเย็นๆเรือก็ถึงเกาะกระบี่ เช้าวันรุ่งขึ้น
พ่อก็มารับผมที่กระบี่จึงรู้ว่าทุกคนปลอดภัยดี แล้วผมก็อยากกลับไป
เรียนหนังสือเหมือนเดิมที่เกาะพีพี

ผมรักเกาะพีพี

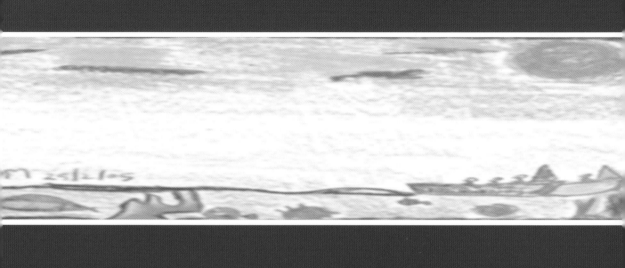

ความทรงจำ ตลอดไป

น.ส. หทัยชนก เมืองเอก   ม. 3
สีเทียนบนกระดาษปอนด์ 100 g. ขนาด 21 x 29.7 cm.

ชีวิตอยู่ที่เกาะพีพี กับครอบครัว ตอนเช้าดิฉันได้ไปช่วยแม่ขายปลาที่ตลาด เมื่อเวลาประมาณ 10.30น. ก็ได้ยินเสียงโครมคราม ได้ยินเสียงน้ำไหลเชี่ยวมาก ผู้คนต่างก็พากันวิ่งกระจัดกระจาย ตอนนั้นดิฉันกับน้อง และแม่ ยังไม่ได้วิ่งเพราะยังไม่รู้ว่าอะไรเกิดขึ้น แต่ได้ยินเสียงน้ำและอาคารบ้านเรือนพังไม้ล้ม พอถามใคร ใครก็ไม่ตอบ พอสักครู่หนึ่ง ฉันก็ได้เห็นน้ำจากทะเล ซัดขึ้นมาบนฝั่งอย่างแรง พัดพาอาคารบ้านเรือนพังทลาย เมื่อเห็นอย่างนั้นแม่ก็พาฉันกับน้องวิ่งอย่างไม่คิดชีวิต ดิฉันคิดว่าตัวเองน่าจะไม่รอด แม่และฉันพาน้องวิ่งขึ้นภูเขา ผู้คนก็ต่างพากันวิ่งขึ้นภูเขา บางคนก็เห็นแก่ตัว ผลักคนอื่นลงมาเพื่อตัวเองขึ้นเขาแทน กว่าฉัน และแม่กับน้องจะขึ้นภูเขาได้ ก็โดนคนอื่นผลักตกลงมาเหมือนกัน กว่าจะขึ้นไปบนยอดได้ เมื่อฉันไปถึงบนยอดเขาผู้คนก็ต่างพากันร้องไห้ เพราะไม่รู้เหตุการณ์จะเป็นแบบนี้จะเกิดขึ้น พอดิฉันมองลงมาข้างล่าง ดิฉันเห็นน้ำพัดพาอาคารบ้านเรือนพังทลาย และผู้คนล้มตายจำนวนมาก บางคนก็ตายอย่างทารุณ เพราะวิ่งไม่ทัน บางคนก็ [illegible] และยังไม่รู้ชะตากรรมที่คนที่ต้องอย่างอนาถ และยังพาทรัพย์สมบัติ ชีวิตของคนไม่รู้สักเท่าไร มันทำลายทรัพย์สมบัติอาชีพของทุกคน แม่ของฉันก็ไม่เหลืออะไร เหลือแต่ชีวิตกลับมา และดิฉันยังโชคดีที่ยังเหลือคนในครอบครัวครบทุกคน แม่ที่ไม่มีสมบัติ

จะไม่เหลือ ก็ตาม ฉันก็ดีใจที่ทุกคน ในครอบครัวยังมีชีวิตอยู่ แม่ของฉันพอตอนนี้ก็ไม่รู้จะประกอบอาชีพอะไร และตอนนี้ฉันมีพี่น้องทั้งหมด 4 คน แต่แม่ยังไม่มีงานทำ ยังต้องเช่าบ้านอยู่ ฉันคิดว่าฉันน่าจะไม่ได้เรียนเพราะแม่ไม่มีเงิน แต่ฉันอยากเรียนหนังสือ อยากมีความรู้ อยากมีงานดีๆ เหตุการณ์ที่เกิดขึ้นมันมาเป็นความทรงจำที่ฝังในตัวฉัน และไม่อาจลืมได้ เพราะมันเกือบจะทำให้ฉันเอาชีวิตไม่รอด แต่มันก็ทำให้ฉันเกือบไม่มีอนาคต มันฆ่าพ่อตาย และทรัพย์สมบัติของแม่ฉันไปจนหมด มันน่ากลัว โรงเรียนของฉันถ้ามันเกิดเป็นวันที่เปิดเรียน มันอาจจะฆ่าชีวิตของฉันและเพื่อนร่วมโรงเรียนไปมาก และฉันไม่อยากให้เกิดเหตุการณ์แบบนี้ขึ้นมาอีกครั้ง

ด.ช. สมพงษ์ แซ่ลี ม. 1
สีเทียนบนกระดาษปอนด์ 100 g. ขนาด 18.5 x 21 cm.

เหตุการณ์ที่ผมไม่เคยนึกถึงมาก่อนว่าจะมีจริงในชีวิต คือ "เหตุการณ์คลื่นยักษ์ซึนามิ" ที่ผมประสบมา ผมเป็นเด็กนักเรียนโรงเรียนบ้านเกาะพีพี ซึ่งพ่อแม่ผมมาทำงานที่นี่ และผมจะเล่าให้ฟัง เช้าของวันอาทิตย์ที่ 26 ธันวาคม พ.ศ. 2547 วันนี้อากาศดีมาก ผมตื่นแต่เช้าขึ้นมาดูหนัง พอถึงเวลาประมาณ เก้าโมงเกือบสิบโมง ผมรู้สึกหิวข้าว ทุกครั้งผมไม่เคยหิวข้าว แต่พอเดินมาถึงประตูที่หันหน้าไปทาง-ชายหาด ผมกลับเห็นคนวิ่งมาเป็นฝูง ผมนึกว่าเขาชกต่อยกัน หรือสัตว์ประหลาดบุก หรืออะไรประมาณนั้น แต่พอดูอีกทีผมกลับไม่เชื่อสายตาตนเอง นั่นคือคลื่นขนาดยักษ์สูงราวๆ สิบสามหรือสิบสี่เมตรที่พร้อมจะพังทุกสิ่งทุกอย่างที่ขวางหน้า ทันใดนั้นผมก็ได้ยินเสียงแม่เรียก ผมจึงวิ่งสุดชีวิตเพราะว่าแม่ผมนั้นวิ่งไปก่อนแล้ว ผมจึงวิ่งขึ้นภูเขาที่อยู่ใกล้ๆ บ้านผม ขณะที่กำลังขึ้นนั้น มีพุ่มหญ้าและหนามที่ชันมาก ผมคิดว่าคราวนี้ผมคงไม่รอดแน่ ผมจึงตัดสินใจลองเสี่ยงดู ผมจึงกระโดดขึ้นพุ่มหญ้าและดึงเถาวัลย์เอาไว้และปีนขึ้นไปข้างบน และโดนก้อนหินบาดที่เท้า และในที่สุดผมก็ปีนถึงข้างบน และได้แต่ดูฝีมือของคลื่นยักษ์ ที่ถล่มทุกสิ่งทุกอย่างจนราบเป็นหน้ากลอง และเห็นผู้ที่สูญเสียคนที่รักไป ผมคิดว่าคราวนี้เพื่อนๆ และอาจารย์ทุกคนจะเป็นอย่างไรบ้าง สักพักหนึ่งพ่อและแม่ก็เดินมาหาผมและถามผมว่าเป็นอย่างไรบ้าง ส่วนพ่อและแม่ไม่เป็นไร ผมดีใจและบอกพ่อกับแม่ว่าคลื่นลูกที่สองกำลังมา ทุกคนจึงวิ่งขึ้นไปบนยอดเขา พอถึงยอดเขาทุกคนต่างเฝ้าภาวนาขอให้รอด พ้นจากเหตุการณ์นี้ สักพักหนึ่งจึงได้ยินเสียงเครื่องบินมารับ

คนที่บาดเจ็บ จากการกระทำของคลื่นยักษ์ สักพักหนึ่งที่อยู่ร้านผมก็มารวมตัวกัน ต่างคนก็นอนพักผ่อนหลังจากที่อ่อนเพลียจากการวิ่งหนีคลื่นยักษ์ คืนนี้เรานอนกันที่นี่ และพวกก็ยุงนอนไม่ค่อยจะหลับ หลังจากตื่นนอนแล้วพวกเราก็ลงมาเพื่อเดินทางลงเรือ ระหว่างทาง ผมเห็น พนักงานเก็บศพ กำลังเก็บศพที่นอนเกลื่อนกลาด พอมาถึงท่าเรือก็มาถึงคิวพวก ระหว่างเรือแล่นผมก็มองดูโรงเรียน กำแพงพังยับเยิน ส่วนอาคารเรียนบางหลังก็ยังอยู่ ผมแทบจะไม่เชื่อสายตาตนเองว่าเกาะที่สวยงามแห่งนี้ที่ที่เคยเป็นสถานที่ท่องเที่ยวที่ดังมาก บัดนี้กลับกลายมาเป็นเหมือนเกาะขยะ หลังจากที่โดนคลื่นยักษ์พังพินาศ พอเรือแล่นมาถึงภูเก็ต ซึ่งที่ป่าตอง หลังจากที่รับประทานอาหารเสร็จแล้ว เขาก็พาผมขึ้นรถเพื่อไปที่ศาลากลาง หลังจากที่มาถึง ทุกคนก็แจ้งของที่หายไปต่างๆ หลังจากนั้นเขาก็ส่งเราไปยังกรมแรงงาน

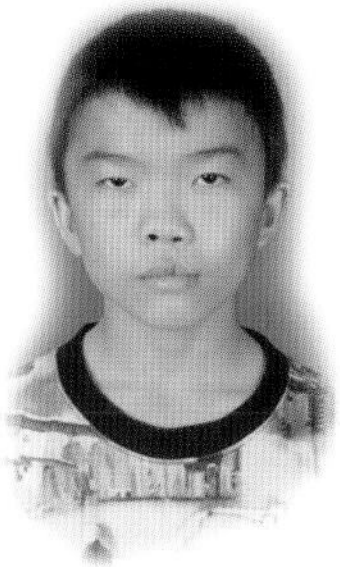

และก็ส่งเราไปต่อที่สนามบินภูเก็ต และส่งกลับบ้าน "ผมไม่อยากจะเชื่อว่าเหตุการณ์นี้จะเกิดขึ้นอย่างไม่คาดคิดมาก่อนไม่มีใครรู้ว่ามันจะเกิดขึ้นเมื่อไหร่ เวลาไหน" ผมว่าของทุกสิ่งทุกอย่างที่สูญเสียไปกับคลื่นยักษ์ คงมีค่ามหาศาล และคนที่เรารักได้จากไป ผมว่าทุกคนคงจะเสียใจและไม่อยากให้มันเกิดขึ้น มันเหมือนกับความฝัน แต่มันก็เป็นไปแล้วทางที่ดี ... เราควรทำใจกันเถอะเพราะยิ่งโศกเศร้าก็ยิ่งทำให้เราแย่ "ผมยังนึกไม่ออกเลยว่าอนาคตของผมต่อไปจะดีหรือร้าย เพราะครอบครัวผมมีฐานะที่ยากจน

ด.ญ. นิรมล บุญสพ ป. 5/2

สีเทียนบนกระดาษปอนด์ 100 g. ขนาด 21 x 29.7 cm.

วันเกิดเหตุ วันอาทิตย์ ที่ 26 ธันวาคม พ.ศ. 2547

วันที่เกิดเหตุหนูอยู่ที่บ้านข้างหัวสะพาน ตอนนั้นหนูนอนดูโทรทัศน์อยู่ที่บ้าน หนูได้ยินเสียง เขาพูดกันเสียงดังมากค่ะ หนูก็ออกไปดู หนูเห็นน้ำ แห้งไปมากค่ะ น้ำมันก็เชี่ยวน้ำสีดำมากค่ะเป็นเหมือนดินเหนียว พอน้ำขึ้นระหว่างนั้น น้าหนูพาหนูวิ่ง แต่ว่าจะน้ำมาทันเพื่อน หนูก็วิ่งไปถึงหน้ามัสยิดในอ่าว หนูก็หลุดมือจากน้าของหนู เพราะว่าน้าหนูวิ่งช้า หนูกลัวน้ำจะมาถึงตัวก่อน ตอนที่หนูวิ่ง หนูก็ไม่รู้ว่าจะไปไหนดี หนูเห็นครูชั้นชั้น ป.4 เขาบอกว่าให้หนูรีบวิ่ง แต่หนูบอกว่าหนูจะไปไหนดี คนที่เขาวิ่งกันเขาพูดเสียงดังว่าวิ่งขึ้นควนเร็กเก้ หนูก็วิ่ง แต่หนูขึ้นไม่ได้ เพราะมันมีตั้งกะดี มันเป็นเนินสูง หนูก็ยืนอยู่ตรงนั้น หนูร้องเสียงดัง หนูพูดว่า ช่วยหนูด้วย หนูเห็นคนรู้จักเป็นพี่ร้านขายผัก หนูจึงกระโปงขึ้นไป หนูขึ้นไปได้เกือบถึงยอดภูเขา หนูก็มองลงมา เห็นน้ำตื่นขึ้นถึงยอดต้นมะพร้าว หนูก็นั่งดูตรงนั้นไม่รู้ใครบอกหนูว่าให้รีบขึ้นไป หนูบอกว่าไม่ไป เพราะในใจหนูอยากดูว่าเป็นอย่างไร เขาก็ดึงมือหนูขึ้นไป หนูก็ไปถึงยอดเขาเร็กเก้

ไม่นานนัก คือเรื่องตลก ญาติๆ ของหนูก็ต่างกันหาหนูทั่วไปหมด ถามใครๆ ก็คิด ว่าเป็นหนูหรือเปล่า ชาวเล่าว่าผ้าก็ยกลูกของผ้า ขมขื่นหน้า "เพชรฆาตร์" แต่รอดชีวิตมาได้ โชคดีตาของหนูอพยพหนีวิ่งพอง วิ่งพอเปลี่ยนสีลอยของตา แม่หนูขึ้นไปตามของมุมหวิมพ้อยกับพี่ชาย ก็นั่นภาพของหนูลงไปข้างล่าง ภาพของหนูได้รับมากเลย ตอนที่หนู วิ่งหนูยังไม่ใส่รองเท้า ไม่ได้อาบน้ำ ใส่ชุดนอน วิ่งขึ้นไป สักครู่ ตาติดตามหาหนูไม่นานตาก็พบหนู ตาจึงพาไปที่ก็อพอย หนูรีบวิ่งไปกอด แม่ พวกเราทั้งสองก็ร้องกันใหญ่ แม่ถามว่าเป็นอะไรมั้ง หนูตอบว่า ไม่เป็นอะไรมากค่ะ แล้วแม่ถามอีกว่าใครพาหนูขึ้นมา

ด.ญ. ขวัญฤดี หาพลกล้า ม. 1/7

สีเทียนบนกระดาษปอนด์ 100 g. ขนาด 21 x 29.7 cm.

เมื่อวันอาทิตย์ ที่ 26 ธันวาคม พ.ศ 2547

เมื่อเวลาประมาณ 10 โมงเช้า มีผู้ใหญ่บ้านเดินมาบอกแม่หนู

แม่หนูก็มาบอกญาติพี่น้องว่าน้ำในทะเลไม่รู้เป็นอะไร

พ่อพี่หนูลงไปดูน้ำก็แห้ง พี่หนูขึ้นมาสักพัก ก็มีชาวบ้านขึ้น

มาบอกว่าให้รีบวิ่งหนี เพราะน้ำจะท่วมเกาะพีพี

หนูก็อุ้มหลาน พอหนูเจอแม่ของเขา หนูก็ส่งหลานให้พี่สาว

หนูก็เข้าไปในบ้านไปคว้าตะกร้าขนม และก็วิ่งขึ้น

ภูเขาลูกเล็กที่มีบาร์อยู่ พอลูกที่สองมาอีก หนูก็วิ่งขึ้นยอดเขา

หนูก็ไม่เห็นพี่น้องพ่อแม่ หนูก็ถามน้าว่าเห็นแม่หนูไหม

น้าของหนูก็ตอบว่าไม่เห็นใครสักคน

พอสักพักแม่หนูและญาติพี่น้องก็ขึ้นมาบนยอดเขา

พอประมาณ 5 นาที เขาบอกว่าน้ำจะมาอีก
น้าหนูก็บอกว่าไม่ต้องวิ่ง ถึงวิ่งก็ไม่รอด เพราะไม่มีทางที่จะไป

น้าหนูก็ให้เกาะต้นไม้ ก็มีคนมาบอกว่า น้ำไม่มาแล้ว

พอสักพักเขาก็มาบอกว่า 4 โมงเย็น คลื่นมันจะมาอีก
เขาก็ให้วิ่งขึ้นวิวพอยท์ น้าหนูก็มาบอกว่า
ญาติพี่น้องของหนูก็ต้องให้
หลานเสียชีวิต
พอรุ่งเช้าก็มีเรือมารับ หนูและแม่ของหนูก็ขึ้นเรือเร็ว
พอถึงกระบี่ แม่หนูก็เป็นลม
ของญาติ และพาไปกระบี่

เขาก็พาหนูไปคลองหิน และพักพักพี่สาว
หนูก็มารับ ที่ท่าเรือ และกลับบ้านของพี่สาว

ข้อเสีย ทำให้คนเกิดความสูญเสียทุกสิ่งทุกอย่าง ธรรมชาติคือกฎเกณฑ์
ข้อดี ทำให้กวาดสิ่งที่มันไม่ดีหมดไปและทำให้ทุกคนสามัคคีกัน

น.ส. มนธยา ชลหัด ม. 2
สีเทียนบนกระดาษปอนด์ 100 g. ขนาด 21 x 29.7 cm.

วันที่เกิดเหตุการณ์หนูอยู่บ้าน ท่าสัว คุณ ? อยู่คนเดียว พ่อกับแม่ไปทำ
งานข้างนอก และพี่ชายพออยู่ไม่ครัว ตอนที่หนูดูหนังอยู่ น้ำไปชนกำแพง หนูก็เลย
เดินออกไปดูที่หน้าประตูบ้าน หนูเห็นคนวิ่งเต็มไปหมด หนูคิดว่าจะมีคนมาวาง
ระเบิดที่เกาะพีพี เพราะตอนนั้นหนูได้ทำงานที่เกาะพีพี เวลาที่หนูกลับจาก
ร.ร ครูสอนพิเศษมาบอกว่าจะมีคนจะมาวางระเบิดที่เกาะพีพีกับภูเก็ต แต่ครูสอนบอกว่า
ครูก็ไม่แน่ใจเหมือนกันว่าจริงหรือเปล่า หนูก็เลยวิ่งขึ้นภูเขา หนูเห็นคนอยู่บน
ภูเขาหนูเห็นคนเต็มไปหมด และหนูก็มองลงมาข้างล่าง มีน้ำเขามา มีเศษขยะ
ขนม และน้ำเต็มไปหมด ตอนนั้นหนูร้องไห้เพราะพ่อกับแม่ไม่อยู่บ้าน และหนู

ก็เริ่มเห็นเท่ามีเลือดออกมาไม่มาก เพราะหนูไม่ได้ใส่รองเท้า น้าบอกว่าจะมี
น้ำมาอีก ให้ไปให้สูงขึ้นไปอีก หนูเห็นพี่ชาย หนูก็เลยเดินไปถามว่า พ่อแม่
อยู่ไหน พี่บอกว่าอยู่บนจุดชมวิว และให้หนูไปหาแม่ และหนูเห็นแม่ หนูถาม
แม่ว่าเป็นอะไรบ้าง แม่บอกว่าไม่เป็นไร หนูถามแม่ว่าพ่ออยู่ไหน แม่บอก
ว่าพ่อไปตามหนูที่บ้าน สักพักพ่อก็กลับมา และนอนบนจุดชมวิว จนถึงเช้า
ก็กลับไปบ้าน โชคดีที่บ้านไม่เป็นไร และก็เอาผ้าของที่เหลือไปกระบี่

หนู อยากกลับไปเรียนที่เกาะพีพี อีก
ข้อเสีย คือ ไม่อยากให้ มัน เกิดเราเป็นแบบนี้
ข้อดี คือ คนที่อยู่เกาะพีพีได้รับความช่วยเหลือ อย่างดี

...the children of Phi Phi Island 103

แผนที่ชุ
ป่า-ภูเขา
ชันสมายเกสเฮ้าส์
รีไซเคิลของบังยัก
จุดพักขยะ
โรงปั่นไฟคาบาน่า
โรงปั่นไฟช่องเขา
ช่องเขาบังกะโล
ที่ฝังกลบ
เตาเผาขยะ
ชายหาด
สวนมะพร้าว
อารีดาบังกะโล
พี พีไอแลนด์คาบาน่า
สระว่ายน้ำ
โรงปั่นไฟอารีดา
HOSPITAL
เตาเผาขยะเก่า
ต้นไทรวิลเลจ
ท่าเรือ อบต.
ท่าเรือ โรงแรมคาบาน่า
อ่าวต้นไทร
Ao Ton Sai
แหลมตง
LAEM TONG
เกาะพีพีดอน
KO PHI PHI DON
อ่าวโละบาเกา
AO LOH BA-KAO
อ่าวผักหนาม
AO PHAK NAM
อ่าวรันตี
AO RAN TEE
อ่าวหยงกาเสม
LAEM YONG KASEM
อ่าวต้นไทร
AO TON SAI
อ่าวหวังหลง
AO WANG LONG
แหลมพ้อ
LAEM POH
สัญลักษณ์
❶ - จุดพักขยะรีไซเคิล
❷ - จุดเก็บขยะของโรงแรม
❸ - จุดพักขยะของชาวบ้าน
❹ - จุดพักชั่งน้ำหนักของผู้ประกอบการ
❺ - จุดกำจัดขยะโดยการฝังกลบ
❻ - จุดเปลี่ยนถ่ายขยะ
❼ - จุดกำจัดขยะโดยการฝังกลบ
❽ - บ่อบำบัดน้ำเสีย
- เตาเผาขยะ
- จุดเก็บขยะส่วนรวม
- บริเวณที่ อบต.ไม่ได้เก็บค่าบริการขยะ
- โรงพยาบาล
- มัสยิด
- บ่อเก็บน้ำประปา
- บ่อน้ำตื้น
- ตำรวจ
- ที่พัก, บังกะโล, ห้องแถว, โรงแรม
- ร้านอาหาร, บาร์เบียร์
โครงการวิจัยเรื่องธรรมภิบาล และการมีส่วนร่วมของประชาชนในการตัดสินใจด้านสิ่งแวดล้อม
(GOOD GOVERNANCE AND PUBLIC PARTICIPATION)
มูลนิธิสถาบันธรรมรัฐเพื่อการพัฒนาสังคมและสิ่งแวดล้อม (ธ.พ.ส.ส.)
GOOD GOVERNANCE FOR SOCIAL DEVELOPMENT AND THE ENVIRONMENT INSTITUTE FOUNDATION (GSEI)
สำนักงานกองทุนสนับสนุนการวิจัย (สกว.)
สร้างสรรค์ปัญญา เพื่อพัฒนาประเทศ

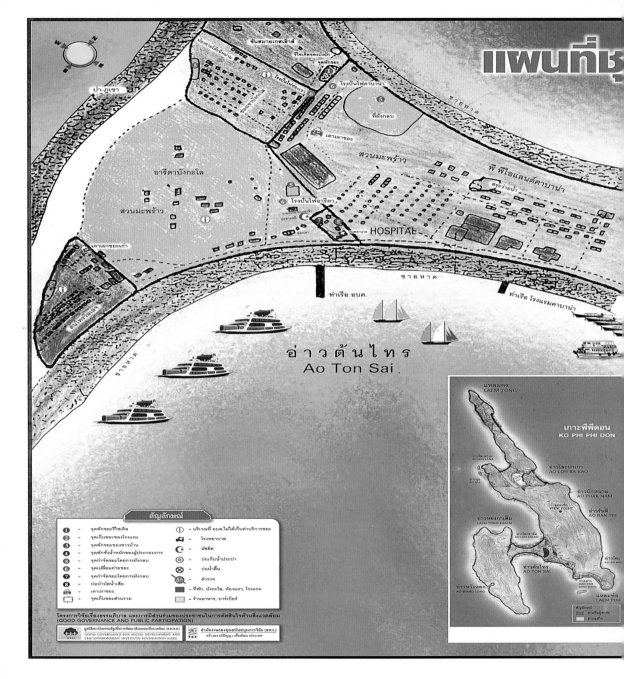

เกาะพีพี จ.กระบี่
สำรวจ พ.ศ. 2544-2545
อ่าวโละดาลัม
Ao Lo Da Lam
ชายหาด
VIEWPOINT
PHI PHI PRINCESS
RESORT
PHI PHI CHARLIE
BEACH RESORT
HI PHI HOTEL
พีพีปรินเซส
พีพีชาลีรีสอร์ท
สวนมะพร้าว
ป่าชายเลน
REGGAE BAR
BANYAN VILLA
PIER
POLICE
บ่อน้ำตื้น
ภูเขา-ป่า
อิปซีวิลเลจ
หัวหินเหล็กไฟ
พีพีดอนรีสอร์ท

พจนานุกรม
เกาะพีพี ของหนู
บ่าว บ่าว = ลูกชาย
ฝรั่ง = ชาวต่างชาติ
Australia
ป๊ะชาย = ปู่
ม๊ะหญิง = ย่า
ม๊ะ = แม่
ป๊ะ = พ่อ
วิวพอยท์ = จุดชมวิว
จ๊ะ = พี่สาว
ไก่ชน
ทำเป็ด ทำไก่ = ชำแหละเป็ด ไก่
ขึ้นควน = ขึ้นเขา
มัสยิด = สุเหร่า
ลวดหนาม = สายหนาม
เฮลิคอปเตอร์
ต้นพร้าว = ต้นมะพร้าว
คลองม่วง = หมู่บ้านหนึ่ง ใน จังหวัดกระบี่
ขนำ = บ้านหลังเล็ก
แผ่วห้อง = ทำความสะอาด
ให้เรียบ
Pum

จดหมายจากเด็กไทย
กาญจนบุรี

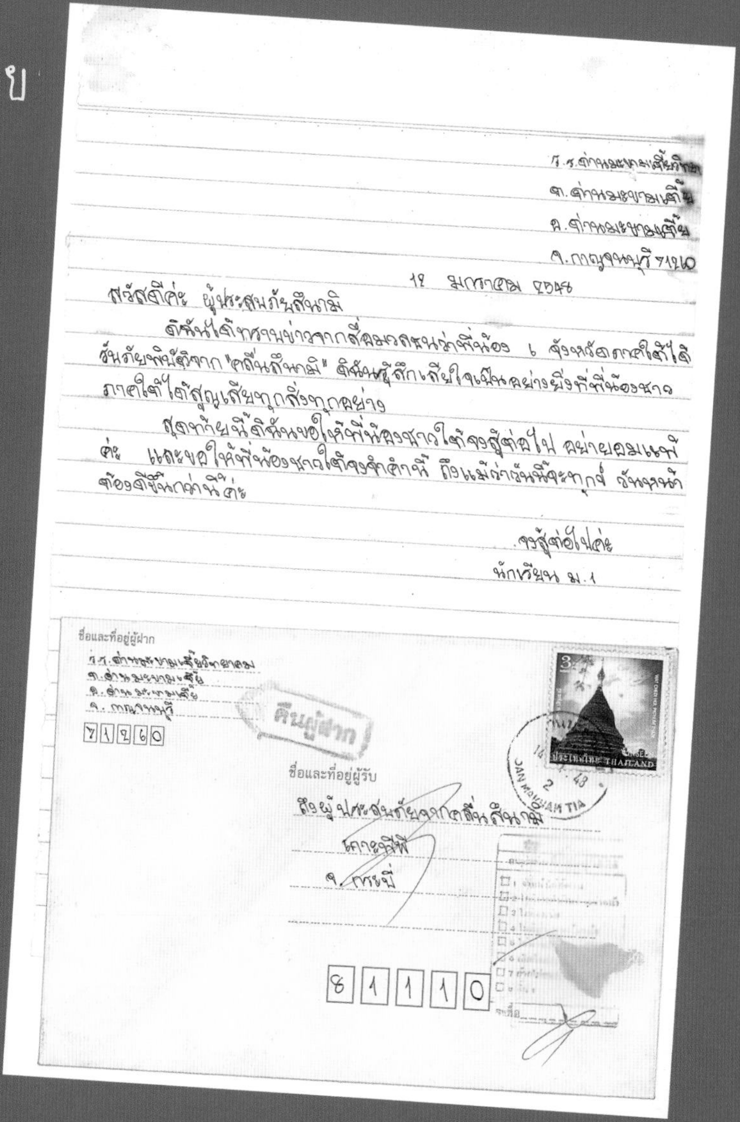

ร.ร.ด่านมะขามเตี้ยวิทยา
ต.ด่านมะขามเตี้ย
อ.ด่านมะขามเตี้ย
จ.กาญจนบุรี 71260

๑๒ มกราคม ๒๕๔๘

สวัสดีค่ะ ผู้ประสบภัยสึนามิ

ดิฉันได้ทราบข่าวจากสื่อมวลชนว่าพี่น้อง ๖ จังหวัดภาคใต้ได้รับภัยพิบัติจาก "คลื่นสึนามิ" ดิฉันรู้สึกเสียใจเป็นอย่างยิ่งที่พี่น้องชาวภาคใต้ได้สูญเสียทุกสิ่งทุกอย่าง

สุดท้ายนี้ดิฉันขอให้พี่น้องชาวใต้จงสู้ต่อไป อย่ายอมแพ้ค่ะ และขอให้พี่น้องชาวใต้จงจำคำนี้ ถึงแม้ว่าวันนี้จะทุกข์ วันหน้าต้องดีขึ้นกว่านี้ค่ะ

จงสู้ต่อไปค่ะ
นักเรียน ม.1

ชื่อและที่อยู่ผู้ฝาก
ร.ร.ด่านมะขามเตี้ยวิทยาคม
ต.ด่านมะขามเตี้ย
อ.ด่านมะขามเตี้ย
จ.กาญจนบุรี
71260

คืนผู้ฝาก

ชื่อและที่อยู่ผู้รับ
ถึง ผู้ประสบภัยจากคลื่นสึนามิ
เกาะพีพี
จ.กระบี่
81110

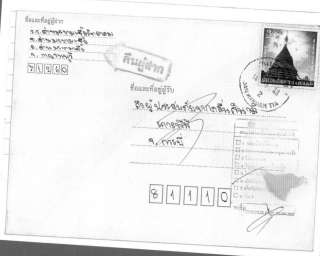

จดหมายจากเด็กๆ ชาวต่างชาติ

ฝรั่งเศส

Est ce que vous allez bien ?
J'espère que vous aurez une bonne anneé 2005
Stephen . 6 ans

j'espère qu'elle ne recommencera plus, cette catastrophe je vous souhaite une bonne année 2005 j'ai une soeur jumelle, lucile un frère pierre qui a 14 ans, une soeur, alix qui a 11 ans et demi et un frère, matthieu qui a 9 ans. Nous pensons tous bien à vous coline 6 ans et demi

j'espère que ce tsunami ne recommencera plus jamais. je m'appelle jade j'ai une soeur qui s'appelle julia, elle a 11 ans, et un frère Paul qui a 15 mois.
jade 6 ans.

je crois que la vague ne reviendra plus casser vos maisons.
je pense à vous
annabel 6 ans

Vendredi 14 Janvier 2005

Bonjour,

Nous sommes les élèves de la classe de C.P. de l'école Sidi-Brahim de Grenoble.

Nous avons beaucoup pensé à vous et nous avons réalisé ces cartes pour vous faire plaisir.

Nous aimerions avoir de vos nouvelles

morgane Jules Mia élise Adrien Mathieu Adam alan baptiste annabel Elisa jade luca Ludovic Cindy

TRANSLATION OF "THE CHILDEN OF PHI PHI ISLAND"

Page - Credit Page

The Children of Phi Phi Island

1st printing 14th April 2005 - 10,000 copies

Consultants- Mr. Wuthisak Tongert - Or-Boo-Too, Aonang, Krabi

Mr. Manop Gongkaoriap - Poo-yai Baan Ko Phi Phi

Miss Sookdee Dtangsongsawat - Principle - Baan Ko Phi Phi School

Miss Yardfon Booranapim - Editor

Miss Suthida Phakdithai - Public relations

Mr. Pinyo Taengratana - Photographer

Mr. Nipon Chaththakoolruk - Assistant

Miss Nanthiya Siripongpanich - Assistant

Translator- Miss Yardfon Booranapim and Mr. Josh Grindall

Cover Illustration - Nuthawut La-Gnoo

Cover design - Mr. Josh Grindall

Graphic design - Mr. Vorrapon Niyomkul

Dialect dictionary - Miss Yardfon Booranapim

Proof reading - Amarin Printing Plc.

Printing - Amarin Printing Plc.

Copyright - Miss Yardfon Booranapim April 2005

The contents of this publication have not been adapted from the original transcripts. All the stories told by the children are genuine and original. However some of the text is difficult to read and for this purpose an approximation of the written script has been provided at the back of the book.

Main order: The Children of Phi Phi Island

204/35 Rat-u-thit 200 Pi Rd, Patong, Kathu, Phuket 83150.

Tel./Fax. : +66-76-346-269, Mobile : +66-12-408-924

Home page:www.childrenofphiphi.com

Sawasdee Ka

"Like a flower, an idea starts as a seed, needing love, attention and nurturing, in order to grow and thrive."

Shortly after the tsunami devastated Ko Phi Phi, I was in contact with Miss Sookdee Dtangsongsawat, the Principal of Baan Ko Phi Phi Secondary School. On that sad day we discussed not only the disaster, but also the way the local families were coping. Many lost everything, including loved ones, and were seeking Miss Sookdee out for support and guidance. She could not provide answers, but was a rock in this difficult time.

As I listened to her stories, and shared the weight of her experience in speaking with the families, we invisioned this project which would bring both encouragement to the children, as well as resources to help rebuild their lives.

Proceeds from the sale of this book will directly benefit the families of children who attend Baan Ko Phi Phi School.

Each piece of artwork featured in this book and on their website http://www.childrenofphiphi.com is available for sponsorship. Funds collected will go directly to the individual child who created the artwork, to help their families rebuild the lives they once had.

Your generous support is greatly appreciated. For further inquiries please contact: "The children of Phi Phi Island "204/35 Rat-uthit 200 pi Rd, Patong, Kathu, Phuket 83150. Tel/Fax: +66-76-346-269, Mobile: +66-12-408-924

PUM Yardfon Booranapim

CEO & President PUM Thai Food Chain Limited

Governor of Krabi Province

When the natural disaster occurred in the Andaman area on the 26th December it was unexpected and out of control. Losing lives and assets, a lot of Thai nationals and tourists died.

We should not forget those that died even though we are suffering ourselves, we are still feeling the effects; a lot of pain, anger and sorrow. The letters and drawings that these children have made can show us a different view on what happened, a more innocent and touching view that creates an image that we can all feel for. To loose a family member under these circumstances is unimaginable; this book shows you the pain, but also the hope.

Many children all over the world have sent letters and drawings of their own for those suffering; this shows the heart of those outside of Thailand, people wanting to help. The same can be seen from the foreigners who were helped by the Thai people and the Thai people who helped the foreigners; this humanity is very warming.

The fact many people have returned to Thailand so quickly after this event, those on holiday or those volunteering to help, give us hope for the future.

Phi Phi has been an impressive destination for a long time, a magical place. After this tsunami, many people want to help to restore Phi Phi to it's former beauty, to build up it's magic, the children's stories in this book will give you a feeling for their deep love of Phi Phi and for the magic. These letters are important, not just now but for generations to come. They form a part of our next generation's history. In order that we don't forget we should build a monument, a memorial for those that died; a place for remembrance.

Mr. Arnon Pramnart, Governor of Krabi Province

ING is proud to sponsor the publishing of the Children of the Phi Phi Island.

The children of the Phi Phi Island's, Baan Ko Phi Phi School, have creatively refected, their feelings and experiences, both good and bad from the tsunami disaster.

Their painting and stories describe the nightmare of the day but also show their love and care for their families, friends, and the island, and their desire to return to their home. This book will be a part of their history and a means of supporting them into their futures. The income raised from this book will be fundamental in funding their education, careers and will to move forward.

Mr. Jim Brown, CEO-ING Life Limited

Letter to the students

I have always found the students of Phi Phi who never be shy, always say what is on their minds. They have always showed confidence and energy, sometimes too much energy.

Their independence has always left me wondering why they are in such a rush to grow up, to be mature. My ten months of working at the school has made me want to help them to mature, but to mature with responsibility, to help them grow up into society with honesty, morality and happiness.

I am learning at the same time about education and schooling and how we can improve our future teachings and our students, but, unexpectedly this disaster occurred. This has created problems that are not measurable by money and assets, these problems may appear obvious on the surface, but they will also run deep.

This tsunami has given me an insight into the students which nothing else could have done, I am very confident that the children who survived the tsunami will continue to survive all of life's hurdles. This will make them stronger.

The children of Phi Phi will run here again. They will enjoy the nature and the beauty of the island and they will cherish their days at school once again.

This tsunami has hurt us all, but we have to stay strong and happy for the future.

With love

Sookdee Dtangsongsawat, Principle - Baan Ko Phi Phi School

For the children of Phi Phi Island

When the natural disaster occurred on the 26th December 2004 the memory of which will remain forever for the Thais. The image of the destruction and loss compounds our deep sadness. The children of Ko Phi Phi, Krabi province expressed themselves in their innocence. For those children directly and indirectly effected by the effects of the disaster, the memory lives on through their day-to-day experiences. Their bear conveys their feelings, thoughts and hopes. It allows us, the readers, to see through the childrens' eyes, and feel the power of nature. A message to all to live side-by-side with respect to each other and the natural world.

Mr. Abhisit Vejjajiva

Priorities in life

The Andaman area suffered a massive natural disaster on 26th December 2004. Many lives and livelihood were lost. An event of this magnitude has never occurred, and I hope it will never be repeated. Let us learn from our experience.

As a Thai person and a physician, I offered my assistance to the relief effort. Amidst the physical devastation and loss, life continues around us. Homes and businesses can be rebuilt, but it is the heart and soul which needs continuous support.

This book has been created by children who lived through the devastating tsunami. They continue to reflect on that day, which will remain with them forever.

Some children may cope well, others may not. But for all, life will never be the same. Thai people believe that this event will make us stronger, and we will continue to provide support as long as needed.

Doctor Khunying Pornthip Rojanasunan

Thank you for helping future of Thailand

As I read this book, I would like to say thank you to the team who helped this project along; we owe them more than time will allow us. It is still difficult to restore Phi Phi, both physically and psycologically, it will take a very long time for the children and their parents to recover. The income from this book will help to further their education and their careers. I give my full support and I hope that many more people will help aid this project.

Mr. Tripop Limpapath

From the heart of the team to the children of Phi Phi Island

This type of natural disaster has never happened in our Thai history. It is the most heartbreaking occurrence for both Thailand and the rest of the world. From those of us that have worked and lived on Phi Phi for a long time, and those that helped to produce this book, we will never be able to forget the 26th December 2004.

During the time spent collecting the data, the most memorable occasion was when making the activities for the children. It helped them so much to express themselves and restore a little peace to their minds, but this is only the start for them, it will take a long time for them to recover from their many losses, their brothers, sisters, mothers and fathers are gone forever, they can never be replaced.

Children are so innocent yet strong. Their strength and resilience gave us strength enough to produce this book. We hope that those readers who lost loved ones from this tsunami will also be given a little strength from the contents of this book.

Love and strength, Pum, Aey & Art

For Life

Page - Contents

Today we say bye-bye

Crying and no home

Our turn to talk

The Giant wave

Forgot-me-not

Pen pals write

Today we say bye-bye

Wasin Poorahong 7yrs Candle Painting 100gsm 21 x 29.7 (page 2)

I was at home. My mother went to work and I heard a loud bang. I didn't know what to do, the house collapsed on me and my grandmother. I helped my grandmother to get her to walk to the mountain. The farang (tourists) tried to help us but it was very dangerous with broken glass and plates.

The next day we got into the helicopter and it took us to the hospital, the first time in my life, but I couldn't see or walk.

I love Phi Phi I would like to go back to Phi Phi and play with my friends.

Maitinee Naweewong 12yrs Candle Painting 100gsm 21 x 29.7 (page 4)

On the 26th December at 8 am I finished taken a shower and was playing with my family in the house. My house was on the beach and we sold clothes. My mother went to buy food when she came back she asked me to look after my sister. She went to buy petrol, then many people were running in the street, but I didn't know what was happening and my sister was still in the house and told us to run to the mountain. I carried my sister and ran to the mountain. I was very tired after playing and couldn't run and the mountain is very far and very steep. I fell but my sister couldn't carry herself so I had to be strong and take her to the top of the mountain. On the way we saw many people who help to carry my sister so I could rest a bit, then they said there would be another wave, and I knew what was happening.

We were so scared we just ran and ran and ran till the top of the mountain. There were so many people there and I sat near somebody I know, nobody was talking, my mother was still buying things but I believe she was still alive. About 1pm everybody decided to come down the mountain a bit but then someone said another wave was coming so we went back up but then they said it wouldn't come and we came back down.

When I came back to the village many things were destroyed, many shops gone. I found my father and I ask him where mother was but he didn't know. We kept walking and we saw the tree change colour because of tsunami, but I still saw the shop that sell sweets so I decided to buy in case I couldn't come back here again. Father went to look for mother, and he told me to look after my sister I was waiting and waiting for father to find mother, one hour later he came back but no mother, I felt very panicked and scared. It was getting dark now. Father took me to sleep high up, and my father looked after my sister and I slept. I heard something, and others did, then I saw a helicopter it was about 7.30 pm, and I was in bed with many people crying. Still no mother and I was very worried and at 9 pm I slept because I was so tired. I heard somebody say that my house was gone now. I thought another giant wave had come; I was very confused and scared, the house that I was sleeping in collapsed, we slept on the floor, my father made a fire from the coconuts to get rid of mosquitoes. In the morning we decided to come down. There was a lot of mud, I felt very sad, the tsunami is a big lesson to learn, now I am with my aunt and father, she sent me to school in Phang Nga. My aunt gives me 30 baht per day to go to school and she looks after my sister. After school I look after my sister and my aunt goes to work in the rubber farms. She doesn't earn much but it is enough to feed us.

Thank you for my teacher who looked after me forever, thank you so, so much.

Saijai Konglak 12yrs Candle Painting 100gsm 21 x 29.7 (page 8)

26th December 2004, the tsunami happened, I was sleeping and somebody said the water went down but I went back to sleep. Mother told me wake up and I saw a giant wave, I was so shocked. I grabbed my mother's hand and ran without shoes. I met my cousin he said we should run away from the water, we ran, and ran until we got to Reggae Mountain. I met another cousin and I started to cry, my step-father came and we went up where I met many of my cousins, my step-father was looking for his children, and my aunt looked after my cousin, his name is Sookree. My mother and I decided to go to viewpoint where my cousins said that some were found and some were not, my auntie and my cousins died. So my mother phoned my grandmother to tell her, next day we came down to the town, we got to the boat and we rode to Krabi. I would love to go back to Phi Phi, it is my home, the tsunami gave me a new school and new friends but it also killed so many people and the coral.

Rachanee Piewdee 12yrs Candle Painting 100gsm 21 x 29.7 (page 10)
In the morning I was playing at my aunties house, my brother came and said that the sea had disappeared, why don't we go to see but then somebody said we had to run to Reggae Mountain . I met my mother but we never got to the mountain because the water hit us. We were drowning. My auntie helped me to get to the roof of the house but I didn't know where my mother was. I saw my cousin and my auntie and I said they should go to the mountain and I will look for my mother in the mountain. I found her and we hugged but where is my sister? Mother said that father was looking for my sister. Somebody said she died. She was playing on the pier, I am very, very sad for this because my sister died but I still want to go back and live in Phi Phi.

Nuthawut La-Gnoo 9yrs Candle Painting 100gsm 21 x 29.7 (page 12)
I got up in the morning and went to swim with my friends Alice and Alan. After about 5 minutes my mother came and said stop playing and I decided to go buy sweets from the bakery, on the way back to my house I saw many people running, I didn't get inside my house, and I heard my mother say close the door and run to the mountain. I saw many dead people float in the water, father was on the second floor and we took my sister to run, but father didn't run until the water came close. He ran and found us, my cousin died; he was nearly 1 year old. We slept that night and the next day we went to Krabi.
Good thing from tsunami is I have many new friends, new school, experience, and many clean things. Bad things are losing everything, cousin die, and the school collapsed.

Kwanluan Boonsup 12yrs Candle Painting 100gsm 21 x 29.7 (page 14)
I went to buy sweets at a shop in front of the beach, the shop owner saw a cat carrying kittens upstairs, so she brought the cat back down but the cat went back up two or three times. Why does the cat like to take the baby to the top floor? I have never seen this in my life.
I went to play near the pier, the sea was very clear, then I went to watch a film, but somebody said there was no more water. What was happening, I went to see the water come very fast from the pier, the boats

moved and I saw the ground move and break mother told father about the water, I thought the water came from the break in the ground, the pier, was destroyed but I didn't run, I was just watching, then mother took me and we ran, my father and sister ran, altogether we ran.

As we ran the water came, the farang stepped on my parents and sister who was pregnant, the water came a washed through the streets, I grabbed a sofa but the water and mud kept coming. Then the water started to go down, I called to my family, I asked my sister where is mother? I saw my mother where there was no water, but where was my other sister? Someone said they are in viewpoint already so we rushed to the mountain.

My mother was looking for her father, my friend asked where her mother was, but I didn't know, I found all my family but lost my grandfather.

In the morning we left viewpoint and we went to Phang Nga. My sister and I went back to Phi Phi again to find grandfather but after 6 days we found him and we had a burial, I was very sad and crying a lot, but now I have strength again.

Selium Thongert 12yrs Candle Painting 100gsm 21 x 29.7 (page 17)

I was at home and got up at 9 am, by 10 am I came downstairs and saw many people running by my house, I thought there was a fire to I ran with them. I stayed in the mountain for a while then came back down but realised I had lost my sister.

My step-parent came to pick me up from Krabi. Father found my sister at the bottom of the mountain. But I didn't know what was happening. I nearly fainted when I saw many dead bodies in front of the pier and hotels. Phi Phi has gone now, I thought about playing with my friends and I started to cry, my mother told me not to cry, I think this is the worst thing in my life but I don't know, I didn't run. If I had known, I would have run to help my family but I wouldn't have survived. I would like the government to restore Phi Phi quickly because I was born there and I want them to repair my school very quickly.

Cries and ruins

Wanpen Boonmahk 13yrs Candle Painting 100gsm 21 x 29.7. (page 20)

I was listening to music when I saw many people run, I went to see, and I saw a big wave. I ran to viewpoint, many electric poles collapsed in front of me, I saw my father and we ran to viewpoint and looked at the village. Someone said another wave will come again, I cried. My sister said don't cry and my father came and said that my cousin had died and my aunt. My sister asked where the cousin was, and started crying. My brother came to say that we should go to viewpoint.

I rested there and father followed later, so I stayed there and he went to look for my family, but it was getting dark. Next day, I went to Krabi by rescue boat.

I love Phi Phi and would like to go back to school.

The good thing with tsunami is nature now is so clean, but all the houses are destroyed and there are many dead people.

Tongtakarn Sengperm 7yrs Candle Painting 100gsm 21 x 29.7. (page 22)

In my family I have my mother and father and my sister and brother. My mother sells vegetables on Ko Phi Phi, my father runs a longtail boat to take the tourists snorkelling. Sometimes my mother goes with him and they go swimming with the tourists, I have some foreigner friend but I don't remember his name. I love to sit on his shoulders and we go snorkelling together and he always buys me a new t-shirt I like him very much.

I got up at 5 am everyday to go to school with my brother by our bike. Sometimes I am a little late and my farang English teacher is very good fun and he taught me how to play football; he has a very good heart. Now I always win at football. After, I go home and practice boxing or fire show. Then I have a shower, eat and sleep.

On the weekend I wait for my friend, I go to see the monkey, some of them play for me, but some of them chase me so I pick up the stick and hit the monkey. I go fishing for crabs, and fish, and prawns, and monkeys.

I miss doing these things, I love Ko Phi Phi, and I want to go back to school.

Salawoot Thongert 13yrs Candle Painting 100gsm 21 x 29.7 (page 25)

About 10.30 am I came to Krabi with my friend, my parents work in Phi Phi but my house is outside. I knew the giant wave about 11.45 am and this wave clean up Phi Phi, a lot of people die and my heart disappeared. My friend ask me to stay in a hotel in the evening, we watched television. I phoned my big brother who lives in Phuket. We went to the hospital to check the injured and missing people. At midday

I left the hospital I met many people I know who were hurt but my parents were ok.
I am very happy that my family are ok but sad that many people die.

Our turn to talk

Gamonpoo Yangtalay 7yrs Candle Painting 100gsm 18.5 x 21 (page 28)

I was in school at 10 am and I saw the big, big wave, I went to look at the boats stuck on the beach, I saw the wave and I ran but fell, then the water went back and I went up to viewpoint and saw the 2nd big wave. The water got very high. We stayed in viewpoint until the next day and went to Krabi by speedboat. I would like to go back to Phi Phi as soon as possible.

Songpop Kongkaoriak 8yrs Candle Painting 100gsm 21 x 29.7 (page 30)

I was swimming in the sea, I saw the water go down so I was left standing then I saw a big, big wave coming and ran, very scared, I ran to the mountain and found my family. Tsunami means dead.

Walawoot Sura-Amad 8yrs Candle Painting 100gsm 21 x 29.7 (page 32)

I ran to see my brother in his room and we ran to the mountain. Suddenly he disappeared. I haven't seen him but I saw my mother and we looked for my brother but we didn't find him.
Tsunami make people a lot of trouble and many fish die.

Singchai Saymalak 9yrs Candle Painting 100gsm 21 x 29.7 (page 34)

I was by the sea and I saw a giant wave I shouted for my parents and I ran to the Banyan Hotel. I slept in viewpoint, we ate just rice, and the night was very cold. In the morning my brother got a boat and my sisters and I and my parents went with him. I would like to go back to my house on Phi Phi.
My mother and I ran when the water came but my father got hit by the wave but my father found a tree with a hole in it and managed to survive.

Maitinee Latagarn 11yrs Candle Painting 100gsm 21 x 29.7 (page 36)

I was born on Phi Phi. I am a local of Phi Phi village. On 25th December I couldn't believe that I would need to run on the 26th at 10am. I was watching TV when the electric stopped, I heard screaming, and

I thought it was a bungalow on fire. I saw many people run to the mountain. My mother told me to run as well, she went to get her purse. When she came back she told me again and we both ran to the mountain. One lady said that there was a flood. We looked and we saw the water. It was like a big fountain from the sea. The second wave was coming so we went up to viewpoint. All night I listened to the sound of helicopters, they are very noisy. In the morning I went to Krabi. I will never for the tsunami because so many people die.

The good thing is the sea and sand are very clean. The bad things are many people die and the houses are destroyed.

Silinthip Leethamchai 10yrs Candle Painting 100gsm 21 x 29.7 (page 38)

This tsunami I was at home listening to Radio Patong. They said that a big wave was coming to hit. I ran to tell my father. Suddenly people ran and the water came. We all ran and my father and my auntie. I thought that my aunt and my cousin couldn't survive and I thought that my father died. I asked if people had seen him. Nobody knew.

I ask my friend Bill, his parents and his sister died, he was crying, I cried with him. I saw my father and I ran to him and cried. We found my auntie and we all cried. We rest until midnight when a boat came to the pier. We were on the boat the morning, but I didn't want to leave, I love Phi Phi so much, and when Phi Phi is ok I will start my life in Phi Phi again.

Atsanan Thongkan 7yrs Candle Painting 100gsm 29.7 x 21 (page 40)

I was playing in front of my house and I heard a big noise, I saw the water come until I was stuck on a fence. Then the water went down but a second wave came. My parents went to see, they said that my sister went with the water, I was crying very much. I ran to the mountain, my mother and father said that wave number 3 was coming. My other sister was panicking and we all stayed in the mountain.

Alisa Chaochang 7yrs Candle Painting 100gsm 15 x 21 (page 42)

I love Phi Phi I would like to go back to school. I saw the big wave and many rubbish, many people run and cry. I cried so much. I would like to go back to Ko Phi Phi.

Gawin Konglak 7yrs Candle Painting 100gsm 21 x 29.7 (page 44)

I stay at home. I was playing sand with my sister by the beach. My mother came to take us to viewpoint. I watched the sea and saw giant wave. We ran very fast to the mountain, it was very scary. My auntie was carrying my sister and they both died. I loved them more than anything.

Ornanong Barhreng 7yrs Candle Painting 100gsm 21 x 29.7 (page 46)

I love Phi Phi. I want to go back to live in Phi Phi. I have my Grandma, Grandpa and friends. I would like to finish now because I am very tired.

Wisanoot Thamnagah 10yrs Candle Painting 100gsm 18.5 x 21 (page 48)

I got up and brushed my teeth and went to school to play football for some time. I got home and I saw the giant wave so I ran. My Grandma and mother were cleaning up the room for my sister. Suddenly they had to run. We tried to find my cousin because my cousin stays at home. I couldn't see my mother for while. I don't know how she was, then grandma disappear because I ran to the mountain. Next day I went to Krabi with my cousin. I miss my mother so much, I don't know what happened with her, and I want to know if she is ok. I want to play in the water on Ko Phi Phi; I want to go back to Phi Phi.

Annawat Nganken 8yrs Candle Painting 100gsm 21 x 29.7 (page 50)

I was not there but my father was. My mother and I are very sad and my friends also. I feel for my father. Somebody got my father by boat, a few people survived and my father came back, we were very happy.

Thanapordee Phakdeethai 9yrs Candle Painting 100gsm 21 x 29.7 (page 52)

I was going to Phuket with my friends, Arm and Jak. I got up because I heard a loud noise. We wore a lifejacket because the waves were not stable; I thought that I would jump to the sea. I was afraid that the boat would sink. The boat tried to avoid the giant wave. We stopped near Ko Yao for 3 hours and after we went to Krabi.

I would like to do fire show on Phi Phi and earn some money for my self.

Weerawat Nganken 7yrs Candle Painting 100gsm 18.5 x 21 (page 54)

I was playing with my sister under the tree. I saw giant wave and I ran back to my house near the mosque. My mother took me to the roof. Many people were there. I was afraid but didn't cry. My Grandfather died. I don't want to have tsunami because tsunami is very scary.

Poowadon Nganken 8yrs Candle Painting 100gsm 21 x 29.7 (page 56)

I finished watch TV and saw many people run I was very surprised. I ran to the back of my house but the water was very high like a coconut tree. I was climbing the wall but the water took me and I was swimming. I hugged a coconut tree and I hugged my brother. When the water went down we ran to viewpoint. I would love to go back to Phi Phi because the sea and the coral and many things are very beautiful.

The Giant Wave

Wongsatorn Putsak 8yrs Candle Painting 100gsm 21 x 29.7 (page 59)

I was with my friend coming home to watch cartoons. We bought some sweets then suddenly the giant wave came and we ran to the mountain. I was very sad, many people missing and die. I spent all night in the mountain, it was very cold. My father wasn't there; I wanted him to come see me. I was crying a lot I was very sad. In the morning we went to Krabi. The tsunami made me very scared but I would love to go back to Phi Phi because I love Phi Phi.

Good thing of tsunami are the flowers and the sea. I love the school it is very friendly. Will my new school be the same? I don't know.

The bad things are many people die, much money missing, and the buildings destroyed.

Sootganya Ninsanut 14yrs Candle Painting 100gsm 21 x 29.7 (page 62)

It happened at 10:30am. I was washing the dishes in my house and my brother was taking a shower ready to go to work. I heard a lot of noise, it reminded mean of cockfighting, but louder. I heard many voices screaming and running. I ask my brother, he said we should run very fast because the water was coming. I ran and ran for my life to the mountain. There were many trees and thorns and I wasn't wearing shoes but I didn't feel the pain in my feet. I ran to viewpoint and hugged my brother. My mother was there and we hugged and cried; we cooked rice. There were many people injured.

My father took a boat to the other island, these islands have no beach so the tsunami hit him and he nearly died. I think it is a nightmare in my life. I would love to go back to Phi Phi because I love Phi Phi.

Santisoot Luijiew 10yrs Candle Painting 100gsm 21 x 29.7 (page 64)

I watched TV and got ready to go to the pier. I saw the staff of Chao Koh cut off the electricity. Somebody came to tell my mother to run. The water came. We ran to the mountain. I turned around and saw the coconut trees fall over one by one. I fainted for about twenty minutes. My father came to find me and my mother and my sister then my father told me about a farang who dropped an anchor then looked and there was no water then the very big wave came and the boat was upside down and my father swam to Banyan Hotel until the water came down. He went home but didn't see us so he came to the mountain.

The next day in the evening my father took us all to Phuket. I like Phi Phi a lot; I want to come back so I can swim.

Tsunami makes everybody love each other but also killed many people.

Papasilit Kongboon 9yrs Candle Painting 100gsm 21 x 29.7 (page 66)

I was watching TV and I heard him say the water is coming and that we need to run. So I ran to the viewpoint. I ran with my mother, we met many people, children, adults; some people fell to the water. I wish everybody was safe. We slept at viewpoint for one night and went to Krabi the next day.

The tsunami makes the sea beautiful and the sand white but many people die and many houses gone.

Nakkakamon Seemort 8yrs Candle Painting 100gsm 21 x 29.7 (page 68)

The day it happened I was playing with my friend at his house. Many people ran and shouted flooding in Phi Phi. I was scared but didn't cry. We were told to run to viewpoint so we ran. I slept for one night in viewpoint but it was very cold. We went to Krabi and stay with cousins and friends.

The tsunami injured many people, some of them were at viewpoint but I was lucky because we are ok which makes me a little bit afraid. I want to go back to Phi Phi.

Supanat Mengeyat 7yrs Candle Painting 100gsm 21 x 29.7 (page 70)

I was cutting the chicken and duck for my auntie. My mother ran for me and told me to run very fast because it is flooding in Phi Phi. I ran and tried to stay with my mother, and ask my father where my mother is and I was crying. Someone came to help me and took me to the tree where I stayed. I lost my mother and my father and they were looking for each other and for me, then I heard my father called my name and I shouted to him and he found me and took me from the tree and took me to the mountain and my mother was there. I feel like I love my mother very much, more than anything, when I saw her. I don't know when I can go back to Phi Phi; I like it very much.

Atitayah Boonsup 11yrs Candle Painting 100gsm 21 x 29.7 (page 72)

At 10 am I was playing by the beach and I saw the water go down very fast. Mother and other people decided to see the water and it came very fast, she shouted and told me run very fast, I saw some people get hit by the water and the wood and many get cut by many things. Many people were crying and screaming and I ran, the water chased me until I got to the mountain where more people were crying and screaming, everybody was hungry. We tried to get drinking water for the evening. We slept on the top of the mountain. We had a little bit of food to eat.
We all took the boat to Krabi. I love Phi Phi. My family were all ok but my grandfather died.

Dootjaidee Peunjit 11yrs Candle Painting 100gsm 21 x 29.7 (page 74)

I was watching television and my mother went to the market, she saw the water from the shops and she thought it will flood and she remembered that the fortune teller had told her that Phi Phi will flood. She came back to the house and took me to run to Reggae Mountain. I thought I wouldn't survive because the water followed me. I am very, very sad because my auntie died. I couldn't believe the water came to Phi Phi; I would like to go back because I was born there.
After some days I went back to Phi Phi I was very sad because it wasn't the same as before. I couldn't believe so much water came to Phi Phi. I heard somebody want to restore Phi Phi so I can go back. This is good because I love Phi Phi.
The good thing is I still have school but the bad thing is people die and houses broken.

Salawut Chamneetnam 9yrs Candle Painting 100gsm 21 x 29.7 (page 76)

The tsunami happened in the south of Thailand. At Ko Phi Phi it was very sad. It happened on the 26th December 2004. I was at home. My house is not too far from sea. I was taking a shower and ready to dress up. My mother called me and everyone was surprised, what was happening? Then the water came very quick and we ran until the fish fountain but my mother fell. Many people were hit with things and running like mad. One person got trapped by a cupboard. And many things were around, and then another big cupboard came out of a shop. We held onto a pole and when the water went we ran to viewpoint where my father's house is. We saw my father he was feeding the chickens, he came to see if we had survived and my whole family were ok. I would love to run and swim by the sea.

Latanaporn Ra-gnoo 11yrs Candle Painting 100gsm 21 x 29.7 (page 78)

On the 26th December a big wave came. I came out of the toilet and heard many people run, they were shouting about flooding. I ran past the ice shop until I reached the mountain. I saw the water came on both sides and came to hit each other. I heard someone say that this was just the first one and more will come. My father told me to get my cousin whilst he went to get the money from the house. My cousin died. I slept at viewpoint. In the morning my father took me to Krabi. And I was crying because I thought my cat had died but my father brought me my cat the next day. I want to go back to Phi Phi Island.

Jadenalim Nganken 9yrs Candle Painting 100gsm 21 x 29.7 (page 80)

I was with my neighbour burning the rubbish and my mother told me to go to buy some food. I saw many people run, my father told me to get into the house, but the water came in the back door. I saw a lot of water until it hit my back.

This is my drawing. My father helped to take me to reggae mountain and then to viewpoint. The next day my father went down to get food and then came back up. The police came to tell us it was safe to come down and we got to the boat and we went to Krabi.

I still live in Ko Phi Phi because my mother works there but I have to move to school in the big town. I got some new clothes and toys because many people gave to charity.

Pisit Thongkam 9yrs Candle Painting 100gsm 21 x 29.7 (page 82)

I was with my little sister and playing at home, my mother was drying the clothes and my brother had gone to work. My mother turned off the fan and I heard a noise. I didn't know what the noise was so I went to see; I saw a boat explode and saw the water come high and very near to us so we ran to the mountain.

I wanted to come to see my parents and my sister when the water went down I found my auntie and my aunt found my mother. My mother said that my sister had died. I am really, really sad, this tsunami destroy everything including my sisters life.

There is nothing good from this tsunami.

Katwalee Narin 10yrs Candle Painting 100gsm 21 x 29.7 (page 84)

I was in my house. My aunt shouted, earthquake, so I shouted to my mother, but she was cooking fried rice and she wasn't interested. I ran to the beach and saw no water and big fish and little fish dancing. They were dancing because they wanted water.

The water came to my feet and I ran to see my grandmother who was trying to hold a rubber ring. I ran to the mountain but I missed my grandmother. I asked mother where my grandmother is and she didn't know. I was very sad but then my grandmother came and we were all happy.

I want to go to Phi Phi. If they re-build Baan Ko Phi Phi school I want to go back because I love my teacher very much.

Chaowarin Meungaek 9yrs Candle Painting 100gsm 26 x 19 (page 87)

I was on the way to Phuket with my friend 'A-Mike'. I heard many passengers said there is an earthquake and the water came inside the boat. I went wet, so afraid. Again, the passengers said Ko Phi Phi was flooded and destroyed everything.

We could not go to Phuket because giant wave came so the boat stopped at Ko Yao, Phangha. I am so worried about my family but my father came to see me next day. He said everyone is alright. I want to go to Ko Phi Phi school because I love Phi Phi island.

Forget-me-not

Hakthaichenok Meungaek 16yrs Candle Painting 100gsm 21 x 29.7 (page 90)

My family live in Ko Phi Phi, We sell fish in the market. In the morning I heard a very loud noise. Big water came and many people ran. In that time my mother, and my sister and I didn't run because we didn't know what was happening. The water destroyed all the houses, but nobody knew what was happening. The water came from the sea, very strong and the family decided to run very fast, I thought that I would die, we all kept running.

Many people turned to be very selfish as they ran to save themselves. We were pushed until we got to the mountain. Everybody cried and nobody knew anything. When I looked down I saw the water had destroyed everything. Many people died, and injured if you can not run fast. My mother has nothing now, just only life, anyway we are lucky that we survived even though we have no money at all. My mother and I don't know what to do. My mum has no job and I can't go to school but I want to study to get a good job.

It is such a painful memory, I cannot forget this. I have no future now because my mother has gone bankrupt; my mother has nothing, imagine if it was the day of school, maybe everybody would die in the school.

I don't want this to happen again.

Sompong Saelee 13yrs Candle Painting 100gsm 18.5 x 21 (page 93)

I couldn't believe that this is real this giant wave tsunami. I am a student of Baan Ko Phi Phi School. My parents are in Phi Phi. I would like to tell you the story.

On the 26th December it was a beautiful morning I got up to watch a film nearly 10am and I was hungry so I went to the beach. I saw many people run I thought there was a fight or maybe Godzilla had come to Phi Phi Island. I couldn't believe my eyes it was a giant wave, maybe 13 or 14 metres. I heard my mother say, run, run, run, so I ran towards the mountain. The mountain was very steep and I had no choice but to jump I saw big plant and jumped to it. Then I climbed to the top but the stones hurt my feet.

I looked behind and the tsunami destroyed everything until the island looked very clean. I thought about my friends and family and teacher and hoped they were ok. Then suddenly my parents came, they said the second wave will come so we kept running. I prayed for everyone. I heard a big noise and it was a helicopter come to rescue the injured.

People got together and talked, but they were very tired after running. I slept there but there were many mosquitoes. I couldn't sleep.

The next morning I walked down from viewpoint. On the way I saw many dead bodies and people carrying the bodies to the pier. We left on the boat and I saw my school. The wall had gone and only one building remains. The most beautiful and famous island gone and turned to rubbish island because of the tsunami.

We got to Phuket and we were taken to city hall to register a report and then we were sent to the airport. We went back home to the north of Thailand.

This was so unexpected. We don't know, how, when, why or what time. I think everything that missing and destroyed by tsunami was worth a lot of money but some people we know died. It is like a dream. We should think like this to cheer ourselves up because we don't need to live with the sadness, it hurts very much. I can't think about my future yet, will it be good or bad because my family is very poor.

Nilamon Boonsup 11yrs Candle Painting 100gsm 21 x 29.7 (page 96)

Sunday 26th December 2004. My house is near the village pier, I was watching television. I heard people talking very loud, I went outside to see the water it was very dark and muddy. My aunt took me to run when the water came. We went to the market mosque and I was scared and I let go of my aunts hand because she was running very slow but I was running very fast, I got lost and saw my classmate, he told me to hurry but I didn't know where to go. I heard people say we should go to Reggae Mountain so we went.

I saw a lot metal and was scared to get cut so I cried for people to help me and somebody grabbed my skirt and carried me to the mountain. I looked down and saw water pushed the coconut trees over I was looking and somebody told me go up further but I wanted to watch, but somebody grabbed me again and pulled me higher.

My family was looking for me everywhere. My aunt and her children were drowning in front one of the shops but they managed to survive. Luckily my grandpa was in viewpoint because he has the garden, mother and my brother sell thing in viewpoint but that day my grandma decided to come down so she got injured. I was running without slippers and still wearing pyjamas after that I found my grandpa he took me to viewpoint where I hugged my mother. She asked me how I was; I told her I was fine. She asked who brought me to viewpoint.

Inside my heart I would like to go back to Phi Phi, I would like the government to restore Phi Phi; I love Phi Phi like paradise. I don't want Phi Phi to go, I cant live without Phi Phi. I have met many friends there; I can swim, and walk and play and snorkel.

The tsunami make me very scared but much support from everyone makes me feel better.

Kwanlerdee Harpongart 13yrs Candle Painting 100gsm 21 x 29.7 (page 99)

About 10 am the village head walked and talked to my mother and cousin, why the sea has no water? My brother shouted for us to run, Phi Phi was flooding. I carried my cousin to my aunt's and then went to my house to get the basket of milk. Then we ran for the mountain. The second wave came so we climbed higher, I ask where my family was but I couldn't see anyone. After some time I saw my mother and cousin, about 5 minutes later somebody said there will be a third wave but my auntie told we don't need to run we are high enough.

A 4 pm they said the wave would come again, so we had to move even higher. My cousin died, and everyone cried.

Next morning we got a speedboat to Krabi. When we arrived, I fainted. After some time my sister came to pick us up and we went to her house.

The tsunami destroyed everything, therefore nature makes the rules, but it cleaned the dirty things out of Phi Phi and people love each other more.

Monthaya Chonlahat 15yrs Candle Painting 100gsm 21 x 29.7 (page 102)

I was alone watching a film. My parents went to work and my brother was in the kitchen. Suddenly there was no electric so I went outside. I saw many people run. I thought somebody had bombed Phi Phi.

After work I go to school and my teacher had said that somebody might bomb Phi Phi and Phuket, I thought about this when I was running to viewpoint. I looked and saw dirty water and rubbish.

I was crying because my parents were not in the house. I hurt my feet because I didn't wear shoes, my feet were bleeding. My aunt said the other wave would come so we would need to go to viewpoint. I met my brother and ask him where my parents were. He said they were in viewpoint and I went to see them. I saw my mother, she was fine, but father had gone to look for me. He returned shortly, and we all slept at viewpoint.

Next morning we went to Krabi. I want to study in Phi Phi. I don't want my birthplace to be like this, but so many people are helping.

Krob Khun Ka

Words from the heart

The tsunami taught both Thais and tourists to love and help each other. It was the most touching experience I have ever had in my life, a very special moment for me to say 'krob pra khun mak ka' to...

ING Life Ltd for being the major sponsor for this book, your contribution has already made a difference. Also 'Hi-Phi Phi' who helped to restore Phi Phi Island and the village, with perseverance and hard work. Thank you to all those friends, family and students who supported the Smile With Pum Foundation. A warm appreciation for the help provided by Rangsit University.

Many thanks to everyone who bought the book before it was even printed, those who have supported the individual children by sponsoring a painting, very touching.

Thank you also to Phi Phi Island, who introduced us to Baan Ko Phi Phi School.

To the children of Baan Ko Phi Phi School, we hope we have made a difference; we would like to thank you for your inspiration and hard work.

Finally, and perhaps most important of all, thanks to you, for buying this book; your contribution will help to build a future for the children of Phi Phi Island

Pum

Thank you to the world

Many thanks to all the children from around the world who sent letters and wishes.

We especially would like to thank Antonia, Sidney, Seneca and all the children from the United States, as well merci beaucoup to the students from Grenoble, France

We received your greeting, generous packages and donations, and most importantly, your support and love has brought us back to life.

I would finally like to thank Ko Phi Phi Island, where I had many experiences, learned about different lifestyles and met people from all over the world. I will forever remember my time there.

AEY

Messages of Thanks

I give thanks for all your support with your words of encouragement I was given the strength to fight another day.

I give thanks for sending your love. You are all like brothers, sisters and family.

I give thanks to nature which help me survive.

I give thanks to friends and family and for their gift of time to help us.

Krob Khun Krub-ART

Letter from Kanchanaburi School

Sawasdee Ka

   I heard the news about the tsunami hit. I am very very sad for Southern people who lost everything. I send my wishes and encouragement. Today you are sad but the future will better. Continue to fight.

Student

Yardfon "Pum" BOORANAPIM

Bachelor of Science (honour), Master of Philosophy (England 1994-2000) where she was immerged in European culture. Pum has inherited age old Thai cuisine recipes from her Grandmother who taught her the love of cooking.

She created her company in 2001 and has published two cookbooks : Good to Cook with Pum (2001) and Pum's Lazy Cuisine (2003).

Pinyo "Art" Taengratana

Bachelor of Art, used to work in 'showbiz', one of his dreams for a while. He loves travelling and found his perfect place to live and work on Phi Phi Island

Suthida "Aey" Phakdithai

Born in Surat Thani province. She used to work for marketing department for 10 years, but because she loves adventure she found her little hill to climb and ended up as a climbing teacher. Created her school and company 'K-E Hang Out' in 1998.

"Please visit www.childrenofphiphi.com

Proceeds from the sale of this bood will directly benefit

The students and families of Baan Ko Phi Phi School.

Who survived the Tsunami of Dec.26, 2004

Thank you very much for your support"